చెన్నై to గోవా

(A Magical Musical Love Story)

D9900341

By

Bhagya Vempati

Wordsbrew

First Published in September 2021
ISBN: 978-93-5472-381-0

BLUEROSE PUBLISHERS
www.bluerosepublishers.com
info@bluerosepublishers.com
+91 8882 898 898
Distributed by: BlueRose, Amazon, Flipkart, Shopclues

Acknowledgment

First of all, I would like to thank my sister **Lakshmi** for travelling with me from the beginning of my literary journey, giving prompt feedback and encouraging me all along.

Next, I would like to thank my friend **Geetha** for reading my story and giving me positive feedback.

Also, a special thanks to my husband **Rajiv** for listening to my story and being a tough critic.

Last but not least. I would like to thank my son **Maanas** for the cover page creation.

Contents

Chapter 1

ఒక లో మిడిల్ క్లాస్ నేబర్హుడ్ లో ఒక చిన్న మాసి పోయిన ఇల్లు.

ఒక అబ్బాయి: "అమ్మ! అమ్మ!" అంటూ కిచెన్ లోకి వస్తాడు.

అబ్బాయి ఆరు అడుగులు, చామన ఛాయ రంగుతో చాలా ఆకర్షణీయంగా ఉంటాడు.

అమ్మ దోసలు వేస్తూ "ఏంట్రా!".

అమ్మ మంట సరిగా రాకపోవడంతో "అయ్యో! గ్యాస్ అయిపోయినట్లు ఉంది. చూడు".

ఆ అబ్బాయి వెళ్ళి గ్యాస్ సిలిండర్ కుదుపుతు "ఇప్పుడు చూడు".

అమ్మ: "ఆ వచ్చింది. ఒరే! ఈ రోజు వెళ్ళి గ్యాస్ సిలిండర్ తీసుకొనిరా".

అబ్బాయి: "తెస్తానులే. ముందు నా అదిరిపోయే న్యూస్ విను".

అమ్మ ఏంటి అన్నట్టు చూస్తుంది.

అబ్బాయి: "నాకు జల్ విహార్ క్రూస్ కంపెనీలో కుక్ గా జాబ్ వచ్చింది".

అమ్మ దోసలు వేస్తూ "నీకు ఆల్రెడీ HSBC లో మంచి జాబ్ ఉంది కదరా? మళ్ళీ ఈ జాబ్ ఏంటి?".

అబ్బాయి: "అది బోరింగ్ జాబ్ అమ్మ. ఏదో తప్పదన్నట్టు చేస్తున్నాను. కానీ, ఇది నా డ్రీం జాబ్" అంటూ సీలింగ్ వైపు ఆనందంగా చూస్తూ అంటాడు.

పక్క రూమ్ లో ఉన్న అబ్బాయి నాన్న ఇది విని వచ్చి "ఏంటి? Ac రూమ్ లో కూర్చొని చేసే జాబ్ నీకు బోరింగా? వంట వాడి జాబ్ నీకు నచ్చిందా? పిచ్చి వాగుడు మాని, బుద్ధిగా ఉద్యోగం చేసుకో. నీకు ఇప్పుడిప్పుడే పెళ్ళి సంబంధాలు వస్తున్నాయి. ఆల్రెడీ 28 ఏళ్ళు తమరికి. నాకు 28 ఏళ్ళకి పెళ్ళి అయ్యి, నువ్వు కూడా పుట్టావు".

అబ్బాయి వాళ్ళ అమ్మ వంక కోపంగా చూస్తాడు.

అమ్మ సర్ది చెపుతూ "పార్థు! మా మాట వినరా! ఈ వంట వాడి జాబ్ ఎందుకురా నీకు?".

పార్థు చికాకుగా "వంట వాడు, వంట వాడు అని పదే, పదే అనకండి. వినడానికే అసహ్యంగా ఉంది. కుక్ అని పిలవండి".

నాన్న: "ఆహా.. కుక్ ని తెలుగులో వంట వాడు అనే అంటారు".

పార్థు: "ఇప్పుడు కుక్ జాబ్ కి చాలా గౌరవం ఉంది నాన్న. జల్ విహార్ కంపెనీలో కుక్ గా జాబ్ రావడం చాలా కష్టం. అసలు నా ఇంటర్వ్యూ ఎంత టఫ్ అయిందో మీకు తెలుసా?".

నాన్న: "నాకదంతా అనవసరం. రేపు మీ అబ్బాయి ఏం చేస్తున్నాడని నలుగురు అడిగితే, నా తల ఎక్కడ పెట్టుకోవాలి?".

పార్థు క్యాజువల్ గా "మీ దగ్గరే పెట్టుకోండి. నేను ఆల్రెడీ వాళ్ళ జాబ్ ని ఆక్సెప్ట్ చేసేశాను".

నాన్న కోపంగా "నీకు బుద్ధి ఉండే ఈ పని చేస్తున్నావా? Mcom గోల్డ్ మెడలిస్ట్ వి, నీకు ఇదేం ఉద్యోగంరా? వెంటనే వాళ్ళతో జాయిన్ కాలేనని చెప్పు".

పార్థు సణుగుతూ "నేను ఆల్రెడీ నా బ్యాంక్ జాబ్ రిసైన్ చేశాను".

నాన్న కోపంగా "ఏంటి?" అని కొట్టబోతు ఉంటే, అమ్మ అపుతూ "అయ్యో! మీరు ఉండండి. అసలే మీకు BP".

అమ్మ: "ఏంట్రా పార్థు ఇది?".

నాన్న, కుర్చీలో దిగులుగా కూర్చుంటూ "ఏదో నాలాగ చిన్న ఉద్యోగం కాకుండా, వీడు మంచి కంపెనీలో జాబ్ చేస్తున్నాడని మురిసిపోయాను. చూడు ఏం చేశాడో? మళ్ళీ మన బ్రతుకులు మొదటికి వచ్చాయి".

పార్థు వాళ్ళ నాన్న పక్కనే కూర్చుంటూ "నాన్న! ఇక్కడ కూడా సేలరీ బాగా ఇస్తారు. అది కాకుండా హెల్త్ ఇన్సూరెన్స్, అదర్ అలవెన్స్ ఉంటాయి. పైగా

నేను Cruise Ship లో పని చేస్తాను. రకరకాల ప్లేసెస్ ఫ్రీగా చూడొచ్చు. నాకు కుకింగ్ అంటే ఎంత ఇష్టమో మీకు తెలుసు. ఫ్యూచర్లో ఒక 5 స్టార్ రెస్టారెంట్ ని స్టార్ట్ చెయ్యాలన్నదే నా డ్రీం. ఇలాంటి మంచి కంపెనీలో కుక్ గా చేస్తే చాలా ఎక్స్పోజర్ వస్తుంది”.

నాన్న నెమ్మదిగా “నువ్వు వంట బాగా చేస్తావు. ఏదో టైమ్ పాస్ కి చేస్తావనుకున్నాను కానీ, వంటే నీ ప్రొఫెషన్ చేసుకుంటావని అనుకోలేదు. అయినా! ఈ కంపెనీ పేరు నేను ఎప్పుడు వినలేదు”.

పార్థు: “నువ్వు RK గ్రూప్ ఆఫ్ కంపెనీస్ విన్నావా?”.

నాన్న: “ఆ విన్నాను”.

పార్థు: “ఈ జల్ విహార్ ని వాళ్ళే ఓన్ చేస్తారు”.

అమ్మ, నాన్న ఒకరి మొహాలు ఒకరు చూసుకుంటారు. అమ్మ నాన్న వంక ఒప్పుకోండి అన్నట్టు చూస్తుంది.

నాన్న: “సరే! నీ ఇష్టం. ఎప్పుడు జాయిన్ అవ్వాలి?”.

పార్థు: “వచ్చే సోమవారం. హైదరాబాద్లోనే మూడు నెలలు ట్రైనింగ్ ఉంటుంది. ఆ తరవాత....అంతా crusing... Here I come Jalvihar!” అంటూ డ్రీమింగ్ గా చూస్తాడు.

పార్థు జల్ విహార్ లో జాయిన్ అవుతాడు.

ఒక నెల తరవాత, ఒక రోజు..

పార్థుకి వాళ్ళ రెస్టారెంట్ కిచెన్ లో కుకింగ్ క్లాస్ జరుగుతూ ఉంటుంది.

అక్కడికి 5 గురు అమ్మాయిలు, 5 గురు అబ్బాయిలు వేటర్ యూనిఫామ్స్ లో వస్తారు.

వాళ్ళ అటెండెంట్ వాళ్ళకి కిచెన్ చూపిస్తు, ఏదో చెపుతూ ఉంటుంది.

అటెండెంట్: “ఇక్కడ టేబుల్ నెంబర్ లో వాళ్ళ చేసిన ఆర్డర్ లిస్ట్ ఉంటుంది. మీరు కరెక్ట్ ఆర్డర్ తీసుకొని వెళ్ళాలి....”.

పార్ధు చూపులు అక్కడ ఒక అమ్మాయి మీదకు వెళ్లాయి. ఆ అమ్మాయి మొహం చాల ప్రశాంతంగా కనిపిస్తుంది.

షఫ్: “Pardhu! Look here”.

పార్ధు చూపులు తిప్పుకుంటూ “Yes Sir!”.

లంచ్ టైమ్ లో…. కెఫ్టేరియాలో అందరు కూర్చుని లంచ్ చేస్తూ ఉంటారు.

ఆ అమ్మాయి కౌంటర్ దగ్గర ఫుడ్ కోసం నిలబడి ఉంటుంది.

పార్ధు ఆమె పక్కనే నిల్చుని “Hi!”.

ఆ అమ్మాయి పలకరింపుగా “Hi”.

పార్ధు: “I am Pardhu. మరి మీరు?”.

అమ్మాయి: “ప్రణతి”.

పార్ధు: “Nice name!”.

ప్రణతి చిన్నగా నవ్వుతుంది.

పార్ధు: “వేటర్ గా జాయిన్ అయ్యారా?”.

ప్రణతి: “అవును! మీరు కుక్?”.

పార్ధు నవ్వుతాడు.

ప్రణతి ఫుడ్ ప్లేట్ తీసుకుని ఒక టేబుల్ దగ్గర కూర్చుంటుంది.

పార్ధు కూడా ఆమెని ఫాలో అవుతాడు.

పార్ధు: “ఈ రోజే జాయిన్ అయ్యారా?”.

ప్రణతి: “అవును! మీరు?”.

పార్ధు: “వన్ మంత్ అయింది. ఇక్కడ అందరు సీరియస్ మొహాలే. మిమ్మల్ని చూస్తే చాలా మంచిగా అనిపించింది”.

ప్రణతి నవ్వుతుంది.

పార్ధు: "మీరు నవ్వితే చాలా బాగుంటారు. I like your dimples when you smile".

ప్రణతి: "Thanks. అయితే మామూలుగా బాగుండనా?".

పార్ధు: "చ! నా ఉద్దేశ్యం అది కాదు. మీరు చాలా బాగుంటారు. మీ కళ్ళలో కల్మషం లేదు. నవ్వితే ఇంకా బాగుంటారు".

ప్రణతి: "మీరు కూడా బాగుంటారు".

పార్ధు చిన్నగా నవ్వుతు "నిజంగా..?".

ప్రణతి, పార్ధు రోజు ఫ్రెండ్లీగా కూర్చుని లంచ్ చేస్తూ ఉంటారు.

ఒక రోజు కిచెన్ లో ప్రణతి మేనేజర్ తన మీద అరుస్తూ ఉంటుంది. అందరు పని ఆపేసి చూస్తూ ఉంటారు.

మేనేజర్ అరుస్తూ "ఏ టేబుల్ ఆర్డర్ ఆ టేబుల్ కి ఇవ్వాలి. నాకు ఇలాంటి మిస్టేక్స్ నచ్చావు. ఇది చాలా ప్రెస్టీజియస్ రెస్టారెంట్".

ప్రణతి ప్రశాంతంగా "Sorry Ma'am!".

మేనేజర్ మళ్ళీ "నువ్వు జాయిన్ అయ్యి వన్ మంత్ అయింది. ఇంకా ఇలాంటి కేర్లెస్ మిస్టేక్స్ చేస్తే నీకు క్రూజ్ లో పని చేసే అవకాశం ఉండదు. జాగ్రత్త!".

ఆమె అలా ప్రణతిని అందరి ముందు తిడుతూ ఉంటే, పార్ధుకి ఒళ్ళు మండిపోతూ ఉంటుంది.

ప్రణతి మళ్ళీ "Sorry Ma'am! మళ్ళీ ఇలాంటి మిస్టేక్ చెయ్యను".

మేనేజర్ విసురుగా వెళ్ళిపోతుంది.

లంచ్ టైమ్ లో, ప్రణతి ఒక్కతే కూర్చుని లంచ్ చేస్తూ ఉంటుంది.

పార్ధు తన ప్లేట్ తో వచ్చి "Hi!" అంటూ కూర్చుంటాడు.

ప్రణతి నవ్వుతు "Hi Pardhu!".

పార్థు, ప్రణతి వంక చూసి "ఎందుకు ఆ దొబ్బుది నీ మీద అరిచింది?".

ప్రణతి క్యాజువల్ గా "నేను మిస్టేక్ చేశాను. అందుకే అరిచింది".

పార్థు: "ఏం చేశావు?".

ప్రణతి: "బై మిస్టేక్ టేబుల్ 10 ఆర్డర్, టేబుల్ 8 కి ఇచ్చాను. వాళ్ళు చూసి అది వాళ్ళది కాదన్నారు. వెంటనే వాళ్ళకి సారీ చెప్పి, వాళ్ళ ఆర్డర్ తీసుకొచ్చి సర్వ్ చేశాను".

పార్థు: "దానికెందుకు అరవడం? వాళ్ళు ఏమైనా ఆ దొబ్బుదానికి నీ గురించి కంప్లయింట్ చేసారా?".

ప్రణతి: "ఛ లేదు. మా మేనేజర్ అది చూసింది. అందుకే నాకు వార్నింగ్ ఇచ్చింది. ఇది చాలా పాష్ రెస్టారెంట్. నేనే కేర్లెస్ గా ఉన్నాను. తన మిస్టేక్ ఏమి లేదు".

పార్థు: "మ్... ప్రణతి! నిన్ను ఒకటి అడగనా?".

ప్రణతి ఏంటి అన్నట్టు చూస్తుంది.

పార్థు: "నువ్వు ఇంత ప్రశాంతంగా ఎలా ఉండగలుగుతావు? నాకు నీలా ఉండడం సాధ్యం కాదు".

ప్రణతి నవ్వి "అవునా! నేను మామూలుగానే ఉంటానే".

పార్థు: "సర్లే! ఇంకా ఏంటి న్యూస్?".

ప్రణతి: "ఏమి లేదు. ఆ...లైఫ్ లో నా ఫస్ట్ మంత్ సేలరీ వచ్చింది. నాన్నకి ఇచ్చి చాలా హ్యాపీ అయ్యాను".

పార్థు: "ఓ! మీరు ఎంత మంది?".

ప్రణతి ఏదో ఆలోచిస్తూ "నేను, తమ్ముడు. తమ్ముడు ఇంకా చదువుతున్నాడు. నాన్న చిన్న జాబ్ చేసి రిటైర్ అయ్యారు. చాలా కొద్ది పెన్షన్ వస్తుంది. అమ్మ హౌస్ వైఫ్. నా ఇన్కమే ఆధారం".

పార్థు: "మరి ఈ శాలరీ సరిపోతుందా?".

ప్రణతి: "బేస్ శాలరీ సరిపోదు. ఇది పాష్ రెస్టారెంట్ కదా. చాలా పెద్ద, పెద్ద వాళ్ళు వస్తారు. టిప్స్ తో కలిపి సరిపోతుంది. I am happy".

పార్ధు: "చూశావా కుక్ నేనైతే, టిప్స్ నీకు వస్తున్నాయి".

ప్రణతి చిన్నగా నవ్వి "నాకు కూడా ఎప్పుడు అలానే అనిపిస్తుంది. It's not fair to cooks".

పార్ధు నవ్వి "ఏదో జోక్ చేశాను".

ప్రణతి: "లేదు పార్ధు! నేను నీ టేబుల్ సర్వ్ చేసినప్పుడు, వాళ్ళు ఇచ్చే టిప్ నీకు ఇస్తాను. సరేనా!".

పార్ధు గిల్టిగా "ఏయ్! ఏదో జోక్ చేశాను. నాకంటే, నీకే బాధ్యతలు ఎక్కువగా ఉన్నాయి. Please don't do that!".

ప్రణతి: "అవునా? నీకేమి బాధ్యతలు లేవా? మీరు ఎంత మంది?".

పార్ధు రిలీవ్డ్ గా "ఏక్ నిరంజన్! I am the only child. నాన్న ఇంకా చాలా యంగ్. ఏదో ప్రైవేట్ కంపెనీలో చిన్న జాబ్. అమ్మ, మీ అమ్మలానే హౌస్ వైఫ్".

Chapter 2

ఒక పెద్ద పాష్ హౌస్...

ఒక అమ్మాయి చాలా పొట్టిగా, ఫేర్ స్కిన్, పెద్ద పెద్ద కళ్ళతో చాలా ముద్దుగా ఉంటుంది. రెండు పప్పీస్ తో లాన్ లో ఆడుతూ ఉంటుంది.

ఆ అమ్మాయి ఫాదర్ "ప్రజ్ఞ".

ప్రజ్ఞ ఒక పప్పిని ముద్దు చేస్తూ "Yes Pappa!".

పప్పా: "ఏం చేస్తున్నావు?".

ప్రజ్ఞ పప్పిని ఎత్తుకుని చూపిస్తుంది.

పప్పా: "నీకు ఒక మంచి మ్యాచ్ తెచ్చాను. నీకు తెలిసిన వాడే. క్రిష్!".

ప్రజ్ఞ: "ఏ క్రిష్?".

పప్పా: "అదే రామ్ అంకుల్ సన్".

ప్రజ్ఞ: "వాడా! No way...".

పప్పా: "ఏ ఎందుకని? Krish is very bright and intelligent. కాలేజిలో తను స్టడీస్ లో ఎప్పుడు ఫస్ట్. ఫ్లూట్ ఎంత బాగా ప్లే చేస్తాడో నీకు తెలుసుగా. ఇప్పుడు వాళ్ళ బిజినెస్ తనే చూసుకుంటున్నాడు. ఒక్కడే కొడుకు. Very rich. He is all rounder".

ప్రజ్ఞ వ్యంగ్యంగా "అవునవును! He is all rounder. అన్నింట్లోనూ ఉన్నాడు. ఎంతైనా కృష్ణుడు కదా. Very romantic. వారానికో అమ్మాయితో తిరుగుతాడు. అలాంటి వాడితో నా పెళ్ళి చేస్తారా?".

పప్పా: "పప్పి! నువ్వు తను తిరగడం చూసావా? ఎవరో చెప్పింది ఎందుకు నమ్ముతావు?".

ప్రజ్ఞ: "ఎవరో కాదు. నా బెస్ట్ ఫ్రెండ్ చెప్పింది. I believe her".

పప్పు: "సరే. నువ్వు ఎవరినైనా ఇష్ట పడుతున్నావా?".

ప్రజ్ఞ: "నేనా! లేదు".

పప్పు: "అవునులే! అబ్బాయిలందరికి నువ్వంటే హడల్. ఎవరు నీకు ప్రపోస్ చెయ్యడానికి ధైర్యం చెయ్యరు. పోనీ, క్రిష్ కాక వేరెవరినైనా చూసిన, ఆ అబ్బాయి ఏ అమ్మాయితో తిరగలేదని గారెంటీ ఏంటి?".

ప్రజ్ఞ బుంగమూతి పెడుతుంది.

పప్పు, ప్రజ్ఞ తల మీద చెయ్యి పెట్టి "పప్పి! క్రిష్ నాకు నచ్చాడు. రామ్ అంకుల్ నా క్లోస్ ఫ్రెండ్. అదే నా నమ్మకం. నువ్వు నా ఓన్లీ చైల్డ్. నేను ఓల్డ్ అయిపోతున్నాను. నీకు మన బిజినెస్ చూసుకునే ఇంటరెస్ట్ లేదు. నాకు క్రిష్ టాలెంట్ మీద నమ్మకం ఉంది. తనొక్కడే మన బిజినెస్ ని చూసుకోగలుగుతాడు. నా మాట విను".

ప్రజ్ఞ గారంగా "ఊ.... కానీ, తనకి ఎస్ చెప్పే ముందు నేను తనని బాగా స్టడీ చెయ్యాలి. నాకు నచ్చితేనే ఎస్ అంటాను".

పప్పు: "Sure! ఒక పని చెయ్యి. నువ్వు, క్రిష్ కలసి వాళ్ళ క్రూజ్ లో వెళ్ళండి. 10 డేస్ అక్కడే ఉండి తనని నోటిస్ చెయ్యి. నేను రామ్ అంకుల్ తో మాట్లాడతాను".

ప్రజ్ఞ: "అబ్బా క్రూజా! బోరింగ్. క్రూజ్ లో ఫుడ్ హారిబుల్ ఉంటుంది పప్పా".

పప్పు: "నాకు తెలుసు నీకు ఫుడ్ ఇంటరెస్ట్ అని. నేను రామ్ అంకుల్ తో మాట్లాడి అన్నీ అరేంజ్ చేస్తాను".

ప్రజ్ఞ బుంగమూతి పెట్టుకుని "Ok!" అని మళ్ళీ పప్పీస్ తో ఆడుతూ ఉంటుంది.

జల్ విహార్ కెఫేటేరియాలో...

ప్రణతి కూర్చుని లంచ్ చేస్తూ ఉంటుంది.

పార్థు విసురుగా తన ప్లేట్ తో వచ్చి కూర్చుంటాడు.

ప్రణతి: "ఏమైంది పార్థు?".

పార్థు కోపంగా "నేను ఈ రోజు ఒక కొత్త ఐటం చేశాను. అందరు కుక్స్ కి నచ్చి నన్ను మెచ్చుకున్నారు. కానీ, మా షెఫ్ మాత్రం వంకలు పెట్టాడు. త్వరలో నేను వాడిని మించి పోతానేమోనని, వాడికి కుళ్ళు".

ప్రణతి ప్రశాంతంగా చూసి, చిన్నగా నవ్వి, పార్థు చెయ్యి టచ్ చేస్తూ "It's ok Pardhu. కోపం తెచ్చుకోకు".

పార్థు, ప్రణతిని చూసి చిన్నగా నవ్వుతు "నిన్ను చూస్తే, నా టెన్షన్స్ అన్నీ ఎగిరిపోతాయి. నువ్వు ఎవరినైనా మార్చగలుగుతావు".

ప్రణతి: "నువ్వు నన్ను మరీ పొగిడేస్తున్నావు".

పార్థు చిన్నగా నవ్వి "లేదు. నీలో ఏదో మ్యాజిక్ ఉంది".

ప్రణతి ఆపు అన్నట్టు నవ్వుతుంది.

పార్థు: "అవునూ! Are you ready for our first cruise trip? ఈ వీకెండే".

ప్రణతి: "Yes. I am excited!".

RK గ్రూప్ ఆఫ్ కంపెనీస్ బిల్డింగ్ లో...

ఒక పెద్ద రూమ్ అంతా ఫుల్ లెన్త్ గ్లాస్ విండోస్ తో నిండిపోయి ఉంటుంది. విండోస్ నుంచి బయట హైదరాబాద్ సిటీ వ్యూ, టాంక్ బండ్ బుద్ధ విగ్రహం కనిపిస్తూ ఉంటాయి.

ఒక అబ్బాయి సూట్ వేసుకొని, చేతిలో కాఫీ కప్పుతో విండోలో నుంచి బయటకు చూస్తూ ఉంటాడు.

ఒక ఆయన సుమారు 60 ఉంటాయి. సూట్ వేసుకొని లోపలికి వచ్చి "క్రిష్!".

క్రిష్ ఇటువైపు తిరుగుతాడు. ఫేర్ గా, టాల్ గా, స్మైలింగ్ ఐస్ తో ఉంటాడు.

క్రిష్: "What Dad!".

డాడ్: "నేను చెప్పినదాని గురించి ఏం ఆలోచించావు?".

క్రిష్ అర్థంకానట్టు చూస్తూ "ఏ విషయం?".

డాడ్: "అదే ప్రజ్ఞతో నీ మ్యారేజ్ గురించి".

క్రిష్ ఏదో ఆలోచిస్తూ, తన కాఫీ కప్పు మీద రాస్తూ తన చేర్ లో కూర్చుంటాడు.

డాడ్: "క్రిష్..".

క్రిష్: "ప్రజ్ఞ, నాకు ఏవిధంగా సరిపోదు. She is childish and head strong".

డాడ్: "కానీ, తనకి చాలా డబ్బు ఉంది. She is the only child. తనకి వాళ్ళ బిజినెస్ చూసుకునే తెలివి లేదు, ఇంటరెస్ట్ లేదు. తనని పెళ్ళి చేసుకుంటే, తన బిజినెస్ మొత్తం నీకే వస్తుంది".

క్రిష్ కొద్దిగా ఆలోచించి "ఉ...ఈ మ్యారేజ్ తో ప్రాఫిట్ ఉంటుంది కాబట్టి, I am ok to marry her".

డాడ్: "Good. BTW.. ఈ కమింగ్ వీకెండ్, నువ్వు, ప్రజ్ఞ మన క్రూజ్ లో 10 డేస్ ఉండి, ఒకరినొకరు అర్థం చేసుకోండి".

క్రిష్ కొద్దిగా చికాకు చూపిస్తూ "What? నేను లేక పోతే, బిజినెస్ ఎవరు చూసుకుంటారు".

డాడ్: "Don't worry! నేను చూసుకుంటాను. ప్రజ్ఞ నిన్ను స్టడీ చెయ్యాలంట! తనకి నువ్వు నచ్చితేనే, మ్యారేజ్ జరుగుతుంది".

క్రిష్: "What? ఏం స్టడీ చెయ్యాలంట?".

ఇంతలో టేబుల్ మీద ఉన్న క్రిష్ సెల్ కి మెసేజ్ వస్తుంది.

మెసేజ్ లో "Baby! Are we on for tonight?" అని కిస్సింగ్ సైన్స్ ఉంటాయి.

డాడ్ అది చూసి, క్రిష్ వంక సీరియస్ గా చూస్తూ "I understand Pragnya's concern. నువ్వు క్రూజ్ లో వేరే అమ్మాయిల వంక చూడకు.

Try to be in her good books. పెళ్ళి అయ్యాక, ఎలానో ఇవన్నీ నువ్వు బంద్ చెయ్యాలి".

క్రిష్ కన్ఫూజెడ్ గా చూస్తూ "What? Why?".

డాడ్ కోపంగా "ప్రజ్ఞ డాడ్ నా క్లోస్ ఫ్రెండ్. నువ్వు మ్యారేజ్ అయ్యాక అమ్మాయిలతో తిరగడం మానేసి ప్రజ్ఞతోనే ఉండాలి".

క్రిష్: "No way... కావాలంటే, తను కూడా తనకి ఇష్టం వచ్చిన అబ్బాయితో తిరగొచ్చు. నాకేమి అభ్యంతరం లేదు".

డాడ్ చికాకుగా "ఏం మాట్లాడుతున్నావు? ప్రజ్ఞ డబ్బులో పెరిగిన, వాళ్ళ అమ్మ తనని చాలా ట్రడిషనల్ గా పెంచింది. తనకి ఇంత వరకు ఒక్క అబ్బాయితో ఫ్రెండ్షిప్ కూడా లేదు. అయినా! పెళ్ళి అయ్యాక నీ వైఫ్ వేరే అబ్బాయితో తిరిగితే నువ్వే తట్టుకోలేవు".

క్రిష్: "Dad! I am not that old fashioned. ప్రజ్ఞతో మ్యారేజ్ ఒక బిజినెస్ డీల్. That's all for me!".

డాడ్: "మీ పెళ్ళి అయ్యాక నీకు తన మీద ప్రేమ వస్తుంది".

క్రిష్ సిగిరెట్ వెలిగిస్తూ "ప్రేమ? మ్... I would like to experience that. ప్రేమ అంత ట్రాష్ టాక్ డాడ్. Change is important for me. అందుకే, ఎవ్రి మంత్ నా పార్టనర్ ని ఛేంజ్ చేస్తాను".

డాడ్: "క్రిష్! స్మోకింగ్, డ్రింకింగ్, అమ్మాయిలు వదిలైమని ఎన్ని సార్లు చెప్పాను".

క్రిష్ ఏమి పట్టించుకోకుండా "Dad! Don't tell me what to do. నేను బిజినెస్ జాయిన్ అయ్యాకే, మన బిజినెస్ ఇంప్రూవ్ అయింది".

డాడ్: "I know. I am very proud of that. కానీ, ఇవన్నీ బాడ్ హాబిట్స్. ప్లీజ్ మానేయ్యి".

క్రిష్: "Ya....Ya....! Dad! I have a meeting now" సిగిరెట్ స్మోక్ చేస్తూ వెళ్ళిపోతాడు.

రాత్రి..

క్రిష్, ఒక అమ్మాయితో బెడ్ మీద షీట్స్ లో కూర్చుని ఉంటాడు.

ఆ అమ్మాయి క్రిష్ చెస్ట్ మీద తన చెయ్యి పెట్టి ఉంటుంది.

క్రిష్ స్మోక్ చేస్తూ ఉంటాడు.

అమ్మాయి: "క్రిష్! నువ్వు నిజంగా మీ డాడ్ చెప్పిన అమ్మాయిని మ్యారేజ్ చేసుకుంటావా?".

క్రిష్ పొగ వదులుతూ "Yes. I have to".

అమ్మాయి బుంగమూతి పెడుతూ "మ్యారేజ్ అయ్యాక, మరి ఇక్కడికి రావా?".

క్రిష్: "మ్యారేజ్ కి, దీనికి సంభందం లేదు".

ఇంతలో క్రిష్ సెల్ కి మెసేజ్ వస్తుంది. క్రిష్ చెక్ చేస్తూ ఉంటే, ఆమె చూస్తుంది.

అమ్మాయి కొద్దిగా కోపంగా "Are you seeing Sheela also?".

క్రిష్ లేచి షర్ట్ వేసుకుంటూ చిన్నగా నవ్వి "She is after me. నేను గర్ల్స్ కి నో చెప్పలేనని నీకు తెలుసు కదా!".

అమ్మాయి బుంగమూతి పెట్టుకుని ఉంటుంది.

క్రిష్ దగ్గరకు తీసుకుంటూ "But you are the best!".

అమ్మాయి: "నువ్వు నాతో ఎప్పుడు నైట్ స్పెండ్ చెయ్యలేదు. ఈ నైట్ ఇక్కడే పడుకోవచ్చు కదా?".

క్రిష్: "You know, I am against kissing and spending night with girls".

అమ్మాయి బుంగమూతి పెట్టుకుని చూస్తుంది.

క్రిష్ ఆమెను దగ్గరకు లాగుతూ "నీకేం గిఫ్ట్ కావాలో మెసేజ్ చెయ్యి, నేను పంపిస్తాను".

అమ్మాయి: "క్రిష్! నీ క్రూజ్ ట్రిప్ తరవాత, మళ్ళీ వస్తావు కదా?".

క్రిష్, సిగిరెట్ ని ఆష్ ట్రేలో పెడుతూ "Of course!" వెళ్ళిపోతాడు.

Saturday...

క్రిష్ కార్ లో వెళ్తూ ఉంటాడు.

క్రిష్, డ్రైవర్ తో "ఎంత సేపటిలో పోర్ట్ కి వెళ్తాము?".

డ్రైవర్: "చాలా ట్రాఫిక్ ఉంది సర్. ఇంకో హాఫ్ అవర్ లో ఉంటాము".

క్రిష్ ఫోన్ రింగ్ అవుతుంది.

క్రిష్: "Ya...Dad!".

డాడ్: "పోర్ట్ కి వెళ్ళావా?".

క్రిష్: "On the way".

డాడ్: "Pay attention to Pragnya. కొంచెం నీ హేబిట్స్ కి దూరంగా ఉండు. ఇది అన్ని విధాలా మంచి సంబంధం. Don't miss her".

క్రిష్: "Ok Dad!".

డాడ్: "Have a nice trip!".

క్రిష్ ఫోన్ పెట్టేస్తాడు.

డాడ్: "వీడు ఎప్పటికి మారతాడో. దేవుడా! నువ్వు మాత్రమే వీడిని మార్చగలవు".

క్రిష్ కార్ ట్రాఫిక్ లైట్ దగ్గర ఆగి ఉంటుంది.

ఒక 10 ఏళ్ళ అబ్బాయి కృష్ణుడి వేషం వేసుకుని, మెడలో దండలు, పైన నెమలి పించం, ఒక చేతిలో ఫ్లూట్స్ పట్టుకుని కార్స్ దగ్గరకు వచ్చి ఏదో అమ్ముతూ ఉంటాడు.

ఎవరు కొనడానికి ఇంటరెస్ట్ చూపించరు. క్రిష్ ఆ అబ్బాయిని చూస్తాడు.

ఆ అబ్బాయి క్రిష్ కార్ విండో మీద కొడతాడు. క్రిష్ విండో దించుతాడు.

ఆ అబ్బాయి చిన్నగా నవ్వి "ఫ్లూట్ కావాలా?".

క్రిష్: "వద్దు. నా దగ్గర ఆల్రెడీ ఉంది".

అబ్బాయి కళ్ళు పెద్దవి చేసి "కానీ, నా ఫ్లూట్ మ్యాజిక్ చేస్తుంది!".

క్రిష్ కి ఆ అబ్బాయిని చూస్తే చాలా ముద్దు వస్తుంది.

"సరే! ఇవ్వు. ఎంత?".

అబ్బాయి: "200 రూపీస్".

క్రిష్ 500 రూపీస్ ఇస్తాడు.

అబ్బాయి ఛేంజ్ కోసం చూస్తుంటే, "వద్దు! నువ్వు ఉంచు".

అబ్బాయి: "నాకు ఊరికే నీ డబ్బు వద్దు. పోనీ, ఇది తీసుకో" అని తన భుజానికి వేసుకున్న బ్యాగ్ లో నుంచి ఒక చిన్న బుక్ తీసి, క్రిష్ కి ఇచ్చి కన్ను కొడతాడు.

ట్రాఫిక్ లైట్ గ్రీన్ సిగ్నల్ చూపిస్తుంది. క్రిష్ కార్ కదులుతుంది.

క్రిష్ విండోలో నుంచి వెనక్కి చూస్తే, ఆ అబ్బాయి ఎక్కడా కనిపించడు.

క్రిష్ బుక్ చూస్తాడు. దాని మీద "Bhagavatam in Brief" అని ఇంగ్లీషులో రాసి ఉంటుంది.

Chapter 3

చెన్నై పోర్ట్ లో...

పార్థు జల్విహార్ క్రూజ్ షిప్ ముందు నిల్చొని, పైకి షిప్ ని చూస్తాడు.

పార్థు: "వార్నీ ఎంత పెద్దగా ఉందో. అస్సలు ఎక్స్పెక్ట్ చెయ్యలేదు".

బోర్డింగ్ స్టార్ట్ అవుతుంది.

పార్థు ఎక్కుతూ ఉంటాడు. తన ముందు ప్రజ్ఞ, ఆమె సర్వెంట్ ఒక పెద్ద సూట్ కేసులతో నడుస్తూ ఉంటారు. ప్రజ్ఞ స్లిప్ అయ్యి వెనక్కి పడబోతే, పార్థు ప్రజ్ఞ నడుం చుట్టు చెయ్యి వేసి పట్టుకుంటాడు.

ప్రజ్ఞ తట్టుకొని నిలబడి, పార్థు వంక చూసి "Rogue" అని వెళ్ళబోతుంది.

పార్థు ఒళ్ళు మండి, ప్రజ్ఞ వెళ్ళకుండా తన ముందు నిల్చొని "హే మిస్. ఏమన్నావు?".

ప్రజ్ఞ: "Are you deaf? Rogue అన్నాను".

పార్థు కోపంగా "నేను rogue? నువ్వు పడిపోతుంటే పట్టుకుంటే.. ఇదా నువ్వు నాకు ఇచ్చే కాంప్లిమెంట్?".

ప్రజ్ఞ చికాకుగా "పట్టుకోలేదు. అడ్వాంటేజ్ తీసుకున్నావు" అని వెళ్ళబోతే, పార్థు మళ్ళీ అడ్డుపడి "ఏంటి? అడ్వాంటేజ్ తీసుకున్నానా? నాకేం పని లేదనుకున్నావా? సారీ చెప్పు".

ప్రజ్ఞ కోపంగా "Sorry my foot. Get lost!".

పార్థు, ప్రజ్ఞ చెయ్యి పట్టుకొని ఆపుతూ "నీకు ఒళ్ళంతా పొగరే!".

ప్రజ్ఞ: "ఏయ్! వదులు. నేనెవరో తెలుసా?".

పార్థు: "నువ్వెవరైతే, నాకేంటే. నువ్వు నాకు సారీ చెప్పాల్సిందే!".

ప్రజ్ఞ: "ఆ... ఏంటే? You cheap fellow. Mind your language".

ఇంతలో ప్రణతి అక్కడి వస్తుంది.

పార్థు కోపంగా ప్రజ్ఞ మీద, మీదకు వస్తు "ఏంటి? నేను చీప్?".

ప్రణతి పార్థుని ఆపుతూ "పార్థు! ప్లీజ్ ఊరుకో".

పార్థు: "దీనికి ఒళ్ళంతా పొగరే".

ప్రజ్ఞ: "Don't you know how to talk to a girl?".

పార్థు, ప్రజ్ఞని పైనుంచి కిందకు చూస్తూ "నువ్వు గర్ల్ వా? నువ్వు! నీ డ్రస్! నువ్వసలు ఒక అమ్మాయిలా బిహేవ్ చేస్తున్నావా?".

ప్రజ్ఞ చికాకుగా "Get lost!" అని వెళ్ళబోతే, పార్థు మళ్ళీ ప్రజ్ఞ చెయ్యి పట్టుకొని ఆపుతూ "Say sorry and leave".

ప్రజ్ఞ: "సారీ కాదు. You deserve my sandal" అని తన చెప్పు తీస్తుంది.

ప్రజ్ఞ సర్వెంట్ భయపడుతూ చూస్తూ ఉంటుంది. అక్కడ ఎక్కే వాళ్ళు ఆగి వీళ్ళని చూస్తూ ఉంటారు.

పార్థు వెటకారంగా "ఏంటే! కొట్టేస్తావ? భూమికి జానడు లేవు. నువ్వు నన్ను అందుకోగలవా?"అంటు ఇంకా స్ట్రెయిట్ గా నిల్చుంటాడు.

ప్రజ్ఞ కాళ్ళు ఎత్తి పార్థు మొహం రీచ్ అవ్వడానికి ట్రై చేస్తూ ఉంటుంది.

ప్రణతి, ప్రజ్ఞని ఆపుతూ "Ma'am! నేను పార్థు తరపున సారీ చెపుతున్నాను. అందరు చూస్తున్నారు. ప్లీజ్ మీరు వెళ్ళండి".

పార్థు: "నువ్వేంటి తనకి సారీ చెప్పేది".

ప్రజ్ఞ విసురుగా అక్కడ నుంచి వెళ్ళిపోతుంది.

పార్థు: "మళ్ళీ కనిపించకపోదు. అప్పుడు దాని పని చెప్తాను".

ప్రణతి: "తను ఎవరో? ఎంటో? చాలా రిచ్ గా కనిపిస్తోంది. ఫస్ట్ టైమ్ క్రూజ్ షిప్ ఎక్కాము. గొడవలు వద్దు".

పార్థు చికాకుగా "ఛీ! నా మూడ్ అంతా ఆ రాక్షసి పాడుచేసింది" వెళ్ళిపోతాడు.

ప్రణతి పార్థుని ఫాలో అవుతుంది.

ప్రజ్ఞ విసురుగా వస్తు ఉంటుంది.

క్రిష్ గాగుల్స్ పెట్టుకొని, ఎదురుగా వచ్చి "Hi Pragnya! నేనే నిన్ను రిసీవ్ చేసుకోవడానికే వస్తున్నాను".

ప్రజ్ఞ, క్రిష్ వంక చికాకుగా చూస్తూ "ఇప్పుడా వచ్చేది?".

క్రిష్: "సారీ! కాల్ లో ఉన్నాను. Is everything alright? You look angry".

ప్రజ్ఞ: "షిప్ లోకి రాగానే, ఒక రోగ్ తగిలాడు. మేనర్స్ లేదు. ఈ షిప్ లో వాడైన ట్రావెల్ చెయ్యాలి లేదా నేనైన చెయ్యాలి. వాడి పేరు పార్థు. వాడి టికెట్ కాన్సెల్ చెయ్యి".

క్రిష్: "ఇప్పుడా? He is already onboard. ఇప్పుడు కష్టం".

ప్రజ్ఞ: "ఓ.. ఇంతేనా నీ పవర్. అయితే నేనే వెళ్ళిపోతాను".

క్రిష్, ప్రజ్ఞని ఆపుతూ "Hey...Don't leave!".

క్రిష్ తన మేనేజర్ ని పిలిచి "పాసెంజర్స్ లిస్ట్ లో పార్థు పేరు చూసి, నా దగ్గరకు రమ్మనండి".

మేనేజర్: "Ok Sir".

క్రిష్ పక్కనే ఉన్న టేబుల్ దగ్గర చేర్ లో కూర్చుంటూ "Prganya! Relax. Please have a seat".

ప్రజ్ఞ ఋంగమూతి పెట్టి కూర్చుంటుంది.

క్రిష్: "ఏమైనా తీసుకుంటావా?".

ప్రజ్ఞ: "Ya! I need a strong coffee".

క్రిష్ పక్కనే నిల్చున్న సర్వర్ ని పిలిచి "One strong cappuccino".

క్రిష్: "Pragnya! Chill. Try to enjoy the trip".

సర్వర్ cappuccino తెస్తాడు.

మేనేజర్ వచ్చి "పాసెంజర్స్ లిస్ట్ లో పార్థు పేరు లేదు సర్".

ప్రజ్ఞ: "What?".

క్రిష్, మేనేజర్ ని వెళ్ళి పొమ్మని సైగ చేస్తాడు.

క్రిష్: "మే బి పార్థు తన నిక్ నేమ్ ఏమో? అసలు పేరు వేరే ఉందేమో! Just forget about him".

ప్రజ్ఞ: "హ్మ్.. ఒకే లే".

ఇంతలో క్రిష్ ఇద్దరు ఫ్రెండ్స్ వస్తారు.

వాళ్ళు: "Hey Krish!" అని హై ఫైవ్ ఇస్తారు.

ప్రజ్ఞ ఇరిటేషన్ చూపిస్తూ "I thought you are going to spend time with me. నీ ఫ్రెండ్స్ ఇక్కడ ఏం చేస్తున్నారు?".

వాళ్ళు ప్రజ్ఞ మాట్లాడే స్టైల్ కి ఒకరి మొహాలు ఒకరు చూసుకుంటారు.

క్రిష్ వాళ్ళని చూసి "నేను ఫుల్టైమ్ నీతోనే ఉంటాను. నువ్వు వర్రీ కాకు".

ప్రజ్ఞ: "Good. We need to understand each other before we proceed further".

క్రిష్: "Ya! I understand".

ప్రజ్ఞ: "సరే. నా క్యాబిన్ ఎక్కడ?".

క్రిష్, మేనేజర్ ని పిలిచి "Show Ms.Pragnya her room" అంటు సిగరెట్ వెలిగిస్తాడు.

ప్రజ్ఞ లేస్తూ "నువ్వు స్మోక్ చేస్తావా?".

క్రిష్: "అప్పుడప్పుడు".

ప్రజ్ఞ ఫర్మ్ గా "I don't like smokers".

క్రిష్ ఇబ్బందిగా సిగరెట్ ని ఆష్ ట్రేలో పెడతాడు.

ప్రజ్ఞ చూసి వెళ్ళిపోతుంది.

క్రిష్ ఫ్రెండ్స్: “She is tough. అన్నింటికీ ఇలా రెస్ట్రిక్షన్స్ పెడితే, ఎలా వేగుతావు? నో చెప్పెయ్యి”.

క్రిష్ మళ్ళీ సిగరెట్ స్మోక్ చేస్తూ “She is not tough. She is childish. ఇలాంటి వాళ్ళని బెండ్ చెయ్యడం చాలా ఈజీ. డాడ్ తో తనని మేరేజ్ చేసుకుంటానని చెప్పాను. నా బిజినెస్ ఎక్స్పాన్షన్ కోసం నేనేమైనా చేస్తాను”.

ఫ్రెండ్: “సో, ఈ 10 డేస్ నువ్వు ప్రజ్ఞతో స్టక్ అన్న మాట! No enjoyment”.

క్రిష్ స్మోక్ చేస్తూ చిన్నగా నవ్వు తాడు.

ఎదురుగా టేబుల్ దగ్గర కూర్చొన్న ఒక గర్ల్ వీళ్ళ దగ్గరకు వస్తుంది.

గర్ల్ క్రిష్ ని చూస్తూ “Hi! I am Sonu” అని షేక్ హ్యాండ్ ఇస్తుంది.

క్రిష్ కూడా ఇస్తాడు.

సోను: “You are very charming. This is my room number. Hopefully, I will see you tonight“ అని టిష్యూ మీద నెంబర్ రాసి క్రిష్ కి ఇస్తుంది.

క్రిష్ తీసుకుంటాడు. సోను వెళ్ళిపోతుంది.

ఫ్రెండ్ 1: “నువ్వు మరీ టూ మచ్ రా! ఆమె మా వంక చూడను కూడా చూడలేదు. నీకు అందరు అలా ఎలా పడిపోతారురా?”.

ఫ్రెండ్ 2: “వాడి పేరే క్రిష్. అంటే, కృష్ణుడు. మరి పడరా?”.

ఫ్రెండ్ 1: “మరి మా సంగతేంటి?”.

క్రిష్: “I will recommend you guys to her when I meet her tonight” అని కన్ను కొడతాడు.

ఇంతలో ఫ్రెండ్స్ కొంచెం దూరంగా నిల్చున్న ప్రణతిని చూస్తూ “ఏముంది రా?”.

ఫ్రెండ్ 2 : “అవును. చాలా ఫ్రెష్ గా ఉంది. ఆ అమ్మాయి కాదు. మాకు ఈ అమ్మాయి కావాలి”.

ఇంతలో పార్థు వచ్చి ప్రణతితో ఏదో మాట్లాడుతు ఉంటాడు.

ఫ్రెండ్ 1: "వీడెవడురా మధ్యలో. కొంప తీసి తన బాయ్ ఫ్రెండ్?".

క్రిష్ వెనక్కి తిరిగి చూస్తాడు. తనకి, ప్రణతికి అడ్డుగా పార్థు బ్యాక్ కనిపిస్తుంది.

క్రిష్ స్మోక్ చేస్తూ "బాయ్ ఫ్రెండ్ ఉంటే ఏంటి? మనీ విసిరేస్తే, just for a night, she might say yes".

ఫ్రెండ్ 2: "క్రిష్! మన హై క్లాస్ సొసైటిలో ఇవన్నీ కామన్. కానీ, మిడిల్ క్లాస్ గర్ల్స్ చాలా స్ట్రిక్ట్ ఉంటారు. అంత ఈజీ కాదు".

క్రిష్: "I doubt it. మనీ, స్టేటస్ కోసం ఏమైనా చేస్తారు. Ok. Got to go. Try your best" వెళ్ళిపోతాడు.

ఫ్రెండ్స్ ఇద్దరు ప్రణతి నిల్చున్న ప్లేస్ కి వెళ్ళి ప్రణతికి కొద్దిగా పక్కగా నిల్చుని సముద్రం చూస్తూ ఉంటారు.

ప్రణతి, పార్థు ఏదో మాట్లాడుతు, నవ్వుతు సముద్రాన్ని చూస్తూ ఉంటారు.

వాళ్ళు దగ్గి "Hello!".

ప్రణతి తిరిగి చూసి పలకరింపుగా "Hello!".

పార్థు: "Hi!".

ఫ్రెండ్ 1: "మీరు తమిళ్ ?".

ప్రణతి: "ఉహు...తెలుగు".

ఫ్రెండ్ 2 పలకరింపుగా నవ్వుతు "ఓ.. మీరు కూడా తెలుగేనా?".

ప్రణతి చిన్నగా నవ్వుతుంది.

ఫ్రెండ్ 2 : "మీరు ఇద్దరు ఫస్ట్ టైమ్ కృజింగ్?".

పార్థు: "అవును".

ఫ్రెండ్ 1: "మీ జోడి బాగుంది. మీరు లవర్స్?".

ప్రణతి నవ్వుతు "అయ్యో అదేం లేదు. మేము కొలిగ్స్ అంతే!".

ఫ్రెండ్ 2 రిలీఫ్డ్ గా "Oh.. I see".

ఫ్రెండ్ 1: "ఎక్కడ పని చేస్తారు?".

పార్ధుకి వాళ్ళు ప్రణతిని చూసే పద్ధతి నచ్చదు.

ప్రణతి: "ఇక్కడే. షిప్ లో పని చేస్తాము".

పార్ధు వెంటనే "పద. మనం డిన్నర్ కి చాలా ప్రిపేర్ చెయ్యాలి. లేట్ అవుతోంది".

ప్రణతి: "సరే అండి. Nice meeting you" నవ్వుతుంది.

ఫ్రెండ్ 2: "మీ పేరు?".

ప్రణతి చెప్పే లోపలే, పార్ధు, ప్రణతి చెయ్యి పట్టుకొని ఆపి "తన పేరు మీకెందుకు?".

ఫ్రెండ్ 1 తడుముతు "జస్ట్ క్యాజువల్ గా అడిగాము".

పార్ధు: "ఆహా.. జస్ట్ క్యాజువల్ గా నా పేరు ఎందుకు అడగలేదో?".

ఫ్రెండ్ 2: "ఓ.. సారీ! మీ పేరు?".

పార్ధు, ప్రణతి వంక వెళ్ళమని చూస్తాడు. ప్రణతి వెళ్ళిపోతుంది.

పార్ధు వాళ్ళ భుజాల మీద చెయ్యి వేసి "అందమైన ఆడపిల్ల కనిపిస్తే చాలు, క్లోస్ అయిపోవాలని అనిపిస్తుందే! మీకు ఇప్పుడు నా పేరు కావాలా? చెప్తా వినండి. పార్ధు! అర్ధం అయిందా? పార్ధు".

వాళ్ళు ఒకరి మొహాలు ఒకరు చూసుకుంటారు.

పార్ధు వాళ్ళని సీరియస్ గా చూసి వెళ్తూ, మళ్ళీ వెనక్కి తిరిగి "అర్ధం కాలేదా? పార్ధు! అంటే...అర్జునుడు" అని తన ఎడమ చేతిని ధనస్సు పట్టుకున్నట్టు పెట్టి, కుడి చేతితో వాళ్ళ పాయింట్ బ్లాంక్ లో రెండు బాణాలు వదులుతాడు.

వాళ్ళకి నిజంగా బాణం గుచ్చుకున్న ఫీలింగ్ వస్తుంది.

పార్ధు జాగ్రత్త అన్నట్టు ఫింగర్ చూపిస్తు వెళ్ళిపోతాడు.

వాళ్ళిద్దరు ఒకరి మొహాలు ఒకరు చూసుకుంటారు.

Chapter 4

పార్థు, ప్రణతి వాళ్ళ యూనిఫార్మ్స్ వేసుకొని, కిచెన్ లో పని చేస్తూ ఉంటారు.

ప్రజ్ఞ సోషల్ హాల్ లో సోఫాలో కూర్చుని, క్రిష్ కోసం వెయిట్ చేస్తూ ఉంటుంది. లైట్ బ్ల్యూ కలర్ ఎక్స్పెన్సివ్ ఫుల్ లెన్త్ స్కర్ట్, మెడలో Saphire diamond necklace with matching earrings పెట్టుకొని చాలా అందంగా ఉంటుంది.

ప్రజ్ఞ, కొంచెం సేపు ఎదురు చూసి క్రిష్ కి టెక్స్ట్ చేస్తుంది "I am waiting for you".

ఇంతలో క్రిష్ వస్తాడు. వైట్ కలర్ సూట్ వేసుకొని చాలా హ్యాండ్సమ్ గా ఉంటాడు.

క్రిష్: "సారీ! చాలా సేపటి నుంచి వెయిట్ చేస్తున్నావా?".

ప్రజ్ఞ: "Ya... 15 మిన్స్".

క్రిష్ సోఫాలో వచ్చి కూర్చుంటాడు.

క్రిష్, ప్రజ్ఞని చూస్తూ "You look beautiful!".

ప్రజ్ఞ: "Oh....Thanks! You look handsome too".

క్రిష్: "Thanks!".

ప్రజ్ఞ: "What's next?".

క్రిష్: "నీకు తెలుసుగా! ఈ షిప్ ముంబై వరకు వెళ్తుంది. మధ్యలో త్రీ స్టాప్స్ ఉంటాయి" అంటూ ట్రావెలింగ్ బ్రోచర్ ఇస్తాడు.

ప్రజ్ఞ చెక్ చేస్తుంది.

క్రిష్ ఇంకో షీట్ చూపిస్తూ "ఇవి రోజు షిప్ లో యాక్టివిటీస్. ఎవ్రి నైట్ ఫార్మల్ డిన్నర్ ఉంటుంది. లంచ్ కి మాత్రం బఫె ఉంటుంది. షిప్ అంత స్నాక్ అండ్ డ్రింక్స్ కౌంటర్స్ ఉంటాయి. ప్రతి రోజు ఈవెనింగ్ నుంచి మిడ్నైట్ వరకు చాలా ప్రోగ్రామ్స్ ఉంటాయి".

ప్రజ్ఞ షీట్ చూస్తూ “సో, ఇంకో ½ అవర్ లో మన డిన్నర్ ఉంది. That’s good. I am starving”.

క్రిష్ లేచి, ప్రజ్ఞకి చెయ్యి ఇస్తూ “ఈ హాఫ్ అవర్ జస్ట్ షిప్ ని ఎక్స్ప్లోర్ చేద్దాం”.

ప్రజ్ఞ తన చెయ్యి ఇస్తూ “Not a bad idea!”.

క్రిష్, ప్రజ్ఞ ఇద్దరు షిప్ అంత ఎక్స్ప్లోర్ చేస్తూ ఉంటారు. డిన్నర్ టైమ్ కి ఫార్మల్ డైనింగ్ రూమ్ కి వెళ్లారు. అక్కడ పెద్ద లైన్ ఉంటుంది.

వాళ్ళ మేనేజర్ వీళ్ళని చూసి వెంటనే లోపలికి తీసుకుని వెళ్లాడు.

వీళ్ళని కొంచెం దూరంగా అరేంజ్ చేసిన స్పెషల్ టేబుల్ దగ్గరకు తీసుకుని వెళ్లాడు. ఇద్దరు కూర్చుంటారు. వీళ్ళ కోసం ఒక స్పెషల్ వేటర్ వెయిట్ చేస్తూ ఉంటాడు.

వేటర్ డ్రింక్స్ సర్వ్ చేస్తూ “Red or White wine Ma’am?”.

ప్రజ్ఞ: “Red”.

క్రిష్: “Same for me”.

ప్రజ్ఞ వైన్ డ్రింక్ చేస్తూ “సో, క్రిష్! నీ హాబీస్ ఏంటి?”.

క్రిష్: “బిజినెస్ జాయిన్ అయ్యాక నా హాబీస్ కి పెద్దగా టైమ్ లేదు. కానీ, నాకు ఎనిమాల్స్ అంటే చాలా ఇష్టం. కుదిరితే, మా ఎనిమల్ ఫర్మ్ కి వెళ్ళి వాటిని పెట్ చేస్తాను. తరవాత, ఫ్లూట్ ప్లే చెయ్యడం చాలా ఇంటరెస్ట్. నా లిజర్ టైమ్ లో ఫ్లూట్ ప్లే చేస్తాను”.

ప్రజ్ఞ: “నైస్. మరి, నీ ఫ్లూట్ ఇక్కడికి తెచ్చావా?”.

క్రిష్: “ఆఫ్ కోర్స్! నా ఫ్లూట్ లేకుండా నేను ఎక్కడికి వెళ్ళను. అదే నా రిలాక్సేషన్”.

ప్రజ్ఞ: “నీకు కుదిరినప్పుడు ప్లే చెయ్యి, నాకు వినాలని ఉంది. నువ్వు చాలా బాగా ప్లే చేస్తా వంట కద. పప్పా చెప్పారు”.

క్రిష్: “Sure. ఎప్పుడో ఎందుకు. 4 డేస్ లో ఒక ప్రోగ్రామ్ ఉంది. ఆ రోజు ప్లే చేస్తాను”.

ప్రజ్ఞ: "Oh...Nice!".

ఇంతలో అపిటైజర్స్ సర్వ్ చేస్తారు.

ప్రజ్ఞకి అపిటైజర్స్ నచ్చావు. చాలా ఇబ్బందిగా మొహం పెట్టి తింటూ ఉంటుంది. క్రిష్ చాలా క్యాజువల్ గా తింటూ ఉంటాడు.

ప్రజ్ఞ, క్రిష్ ని చూసి "Do you like the food?".

క్రిష్ క్యాజువల్ గా "It's ok! ఏ నీకు నచ్చలేదా?".

ప్రజ్ఞ: "నాకు అస్సలు నచ్చలేదు. I am disappointed" అని మొహం తిప్పుకుని, చేతులు కట్టుకుని కూర్చుంటుంది.

క్రిష్ నెమ్మదిగా "Would you like to try the main course?".

ప్రజ్ఞ: "Yes!".

క్రిష్ వేటర్ ని పిలిచి "మేడమ్ కి ఈ ఫుడ్ నచ్చలేదు. మెయిన్ కోర్స్ సర్వ్ చెయ్యండి. క్విక్!".

5 మినస్ లో మెయిన్ కోర్స్ తీసుకుని వస్తారు.

ప్రజ్ఞ టేస్ట్ చేసి, స్పూన్, ఫోర్క్ ప్లేట్ లో పడేసి "I don't like this food".

క్రిష్ మనసులో "OMG! నీకు ఫుడ్ ఇంటరెస్ట్ ఉందని డాడ్ చెప్తే, ఏమో అనుకున్నాను. ఇప్పుడు కళ్ళారా చూస్తున్నాను".

క్రిష్ తేరుకుని "ప్రజ్ఞ! షిప్ లో ఫుడ్ ఇలానే ఉంటుంది".

ప్రజ్ఞ: "Oh...you want me to starve for next 10 days?".

క్రిష్ కళ్ళలోనే నవ్వుతు "No..No... నా ఉద్దేశ్యం అది కాదు. సరే! వేటర్ కి నీకు ఏ ఐటంస్ కావాలో చెప్పు".

ప్రజ్ఞ మూడు ఐటంస్ ఒక షీట్ మీద రాసి వేటర్ కి ఇస్తుంది.

ఇంతలో షెఫ్ వస్తాడు.

షెఫ్: "Is there a problem Sir?".

క్రిష్: "మేడమ్ కి మీ ఫుడ్ నచ్చలేదు. Can you please prepare these three items with your best cook quickly?".

షెఫ్ ఇబ్బందిగా నవ్వుతు "No problem sir!" వెళ్ళిపోతాడు.

ప్రజ్ఞ బుంగమూతి పెట్టుకుని కూర్చుని ఉంటుంది.

క్రిష్ నవ్వుతు "Happy?".

ప్రజ్ఞ: "ఏమో! నాకు నచ్చిన ఫుడ్ వస్తుందన్న నమ్మకం నాకు లేదు".

క్రిష్ సెల్ చెక్ చేస్తూ ఉంటాడు.

ప్రజ్ఞ, క్రిష్ ని నోటిస్ చేస్తూ "నీకు నన్నేమైన అడగాలంటే అడుగు".

క్రిష్ తలెత్తి "నాకు ఏమి లేవు".

ప్రజ్ఞ డౌట్ గా "Are you not interested in me?".

క్రిష్: "No...No...Not like that. I am very easy going. అందరితో అడ్జస్ట్ అయిపోతాను. నాకు నీతో ఏమి ప్రాబ్లెమ్స్ ఉండవన్న నమ్మకం ఉంది".

ప్రజ్ఞ: "Still....You should at least ask about my hobbies".

క్రిష్: "Ok. What would you like to do in your free time?".

ప్రజ్ఞ ఆనందంగా "Me...I watch movies a lot. తరవాత, షాపింగ్, బ్యూటీపార్లర్, స్పా, Chatting with my friends and playing with my puppies".

క్రిష్: "Nice. సో, బిజినెస్ చూసుకునే ఇంటరెస్ట్ లేదా?".

ప్రజ్ఞ: "No way...".

క్రిష్ వైన్ సిప్ చేస్తాడు.

ప్రజ్ఞ: "Krish! Do you have a girl friend?".

క్రిష్, ప్రజ్ఞ వంక చూస్తూ "Why do you ask that?".

ప్రజ్ఞ: "Just like that".

క్రిష్: "No. I don't. What about you?".

ప్రజ్ఞ: "No".

ప్రజ్ఞ: "Do you sleep with girls?".

క్రిష్ కి కొద్దిగా పొలమారుతుంది.

ప్రజ్ఞ వాటర్ ఇస్తూ "Are you ok?".

క్రిష్: "Ya...I am fine".

ప్రజ్ఞ: "You didn't answer my question".

క్రిష్: "నా మీద నీకు డౌట్స్ ఉన్నాయా?".

ప్రజ్ఞ: "Ya...Kind of. నీ గురించి కొన్ని రూమర్స్ విన్నాను. Just want to clarify".

క్రిష్ కి ఏం చెప్పాలో అర్థం కాదు.

క్రిష్: "To be frank. Yes. Few times. డ్రింక్ చేసినప్పుడు, అప్పుడప్పుడు బై మిస్టేక్ ....".

ప్రజ్ఞ: "Hmm.. అయితే నేను విన్నదంత నిజమే అన్నమాట!".

క్రిష్ ఇబ్బందిగా "నిజం అంటే.....as I told you, it happened unexpectedly few times. కానీ, ఇప్పటి నుంచి I am yours. నిన్ను తప్ప, ఏ అమ్మాయిని చూడను. Believe me".

ప్రజ్ఞ, క్రిష్ వంక డౌట్ గా చూస్తూ "నిన్ను నమ్మవచ్చా?".

క్రిష్ చార్మింగ్ గా నవ్వి, ప్రజ్ఞ చేతిలో ప్రామిస్ చేస్తూ "Promise!".

ఇంతలో ఫుడ్ వస్తుంది.

ప్రజ్ఞ ఫుడ్ తింటూ "OMG! It's so tasty!" అంటూ మూడు ఐటంస్ ఫినిష్ చేస్తుంది.

ప్రజ్ఞ: "Krish! How is the food?".

క్రిష్: "I agree with you. Very tasty".

ఇంతలో షఫ్ వస్తాడు.

షఫ్: "Ma'am! How is the food?".

ప్రజ్ఞ: "Devine! I give 5 stars. ప్లీజ్ ప్రతి రోజు నా డిన్నర్ ఈ కుక్ నే ప్రిపేర్ చెయ్యమని చెప్పండి".

షఫ్ హ్యాపీగా "Sure Ma'am!".

ప్రజ్ఞ హ్యాపీగా "ఇంతకి ఎవరు ప్రిపేర్ చేశారు? మీరేనా?".

షఫ్: "No Ma'am!".

ప్రజ్ఞ కుతూహలంగా "Can I meet the cook?".

షఫ్: "Sure! I will send him".

ప్రజ్ఞ చాలా హ్యాపీగా ఉంటుంది. క్రిష్, ప్రజ్ఞని చూసి "నీకు ఫుడ్ అంటే ఇంత ఇంటరెస్ట్ అని నాకు తెలియదు".

ప్రజ్ఞ: "నాకు ఫుడ్ నా సోల్ ని టచ్ చెయ్యాలని ఉంటుంది. ఇప్పటి వరకు నాకు ఏ ఫుడ్ ఇంత బాగా నచ్చలేదు. ఎప్పుడు ఏదో కాంప్రమైజ్ అవుతూ వస్తున్నాను. కానీ, Today's food touched my soul".

కుక్ వచ్చి నిల్చుంటాడు.

ప్రజ్ఞ హ్యాపీగా కుక్ వంక చూసి షాక్ అవుతుంది.

ప్రజ్ఞ కోపంగా "నువ్వా?".

పార్థు చికాకుగా "నువ్వా?".

క్రిష్: "మీరిద్దరికి ఇంతకు ముందే పరిచయం ఉందా?".

ప్రజ్ఞ: "పరిచయమా! పాడా! నేను చెప్పానే షిప్ ఎంటర్ అవగానే ఒకడు ఇరిటేట్ చేశాడని, వాడే వీడు".

పార్థు కోపంగా "ఏయ్! వాడు, వీడు అన్నా వంటే..".

ప్రజ్ఞ లేచి కోపంగా "ఆ.. ఏం చేస్తావు? అఫ్ట్రాల్ కుక్ గాడివి నీకే ఇంత పొగరుంటే, మేము షిప్ ఓనర్స్ మాకెంత పొగరుండాలి?".

పార్థు కోపంగా "ఏంటి? అఫ్రాల్ కుక్ గాడినా? నీకు ఎవరి వంట నచ్చకపోతే, ఈ కుక్ గాడే నీ ఆకలి తీర్చాడు".

ప్రజ్ఞ: "ఏంటి పోస్ కొడుతున్నావా? నువ్వు కుక్ వని ముందే తెలిస్తే, నేను అసలు నీ ఫుడ్ ముట్టుకునే దాన్నే కాదు".

పార్థు: "ఆహా! సరే అయితే, రేపటి నుంచి నేను చేసిన ఐటంస్ నువ్వు ఏమి తినకూడదు. నేను నీ కోసం ఏం ప్రిపేర్ చెయ్యను".

ప్రజ్ఞ: "అబ్బో! ఇప్పటి వరకు నువ్వు వండి పెడితేనే నేను తిని ఇంత పెద్ద దాన్ని అయ్యాను. పోరా!".

పార్థు కోపంగా "పోరా నా?".

క్రిష్ వీళ్ళిద్దరి డ్రామా చూస్తూ క్యాజువల్ గా కూర్చుంటాడు.

ఇంతలో షఫ్ కంగారుగా వస్తాడు.

షఫ్: "Sorry Sir! Sorry Ma'am!" అని పార్థుని తీసుకుని వెళ్ళిపోతాడు.

ప్రజ్ఞ: "ఆ...." అంటూ అరుస్తూ విసురుగా వెళ్ళిపోతుంది.

క్రిష్ టిప్ టేబుల్ మీద పెట్టి, ప్రజ్ఞ వెనకాలే ఫాలో అవుతాడు.

ప్రజ్ఞ బయటకు వచ్చి సముద్రం వంక చూస్తూ నిల్చుంటుంది.

క్రిష్ వచ్చి "Pragnya! Calm down".

ప్రజ్ఞ: "ఏంటి కామ్ డౌన్? వాడు అలా మాట్లాడుతుంటే నువ్వేమి అనలేదు".

క్రిష్: "నాకు తనేమి తప్పుగా అన్నట్టు అనిపించలేదు. నువ్వే కొంచెం తొందర పడ్డావని అనిపించింది".

ప్రజ్ఞ చికాకుగా "తప్పు నా వైపు ఉన్నా, నువ్వు నన్నే సపోర్ట్ చెయ్యాలి. వాడి నెందుకు సపోర్ట్ చేస్తున్నావు. వాడేమైన నీ చుట్టమా?".

క్రిష్ మౌనంగా ఉంటాడు.

ప్రజ్ఞ: “సరే! నువ్వు వాడిని నీ కంపెనీ నుంచి ఫైర్ చెయ్యి. నా తృప్తి కోసం” విసురుగా వెళ్ళిపోతుంది.

క్రిష్ సైలెంట్ గా సముద్రం వంక చూస్తూ ఉంటాడు.

కొన్ని గంటల తరవాత, క్రిష్ వెళ్ళి ఒక డోర్ మీద కొడతాడు.

సోను డోర్ ఓపెన్ చేసి “I know you will come”.

క్రిష్ లోపలికి వెళ్తాడు.

కొన్ని నిమిషాల తరవాత, క్రిష్ బెడ్ నుంచి లేచి షర్ట్ వేసుకుంటాడు.

సోను షీట్ కప్పుకుని “అప్పుడే వెళ్ళిపోతున్నావా?”.

క్రిష్ షర్ట్ వేసుకుంటూ నెమ్మదిగా “You want me to stay?”.

సోను, క్రిష్ దగ్గరకు వచ్చి “No. Leave. My boyfriend will come in any minute”.

క్రిష్ షర్ట్ టక్ చేస్తూ “That’s what I thought”.

క్రిష్ కోట్ వేసుకుంటూ ఉంటాడు.

సోను: “Are you going to come tomorrow?”.

క్రిష్ చిన్నగా నవ్వి “Tomorrow? What about your boyfriend?”.

సోను: “I can manage”.

క్రిష్: “I have a proposal. What about my friends?”.

సోను, క్రిష్ కోట్ ని టచ్ చేస్తూ “నాకు డైమండ్ కి, గాజు ముక్కకి డిఫరెన్స్ బాగా తెలుసు. Your proposal is denied. See you tomorrow same time”.

క్రిష్ చిన్నగా నవ్వి వెళ్ళిపోతాడు.

క్రిష్ క్యాబిన్ అందరికంటే పై లెవెల్ లో ఉంటుంది. తన బాల్కనీ షిప్ ఫ్రంట్ ని ఫేస్ చేసి ఉంటుంది. తన బాల్కనీ నుంచి లోవర్ డెక్ కనిపిస్తూ ఉంటుంది.

క్రిష్ తన రూమ్ కి వచ్చి బాల్కనిలో కూర్చుని, సిగరెట్ వెలిగించి, సముద్రం వంక చూస్తూ ఉంటాడు.

క్రిష్ లోవర్ డెక్ వైపు చూస్తాడు. అక్కడ ఒక అమ్మాయి వైట్ చూడిదార్ వేసుకొని, రైలింగ్ మీద నిల్చుని చేతులు చాచి ఉంటుంది. గాలికి ఆమె జుట్టు, చున్నీ ఎగురుతూ ఉంటాయి.

క్రిష్ లేచి బాల్కనీ మీదకు వంగి ఆ అమ్మాయినే చూస్తూ ఉంటాడు.

ఆ అమ్మాయి వెనకాల మాత్రమే కనిపిస్తుంది. మొహం కనిపించదు. అక్కడ చాలా చీకటి గా ఉంటుంది.

క్రిష్ సిగిరెట్ పొగ ఆ అమ్మాయి వైపుకు ఊదుతు చూస్తూ ఉంటాడు.

క్రిష్ ఆ అమ్మాయి నుంచి చూపు తిప్పుకోలేకపోతాడు. క్రిష్ సిగిరెట్ పడేసి, వెళ్ళి తన ఫ్లూట్ కోసం సూట్కేస్ లో చూస్తాడు. తన ఫ్లూట్ కనిపించదు.

క్రిష్ మనసులో "అయ్యో! ఇంట్లోనే మర్చిపోయానా?".

క్రిష్ కి వెంటనే, తనకి ఫ్లూట్ అమ్మిన అబ్బాయి గుర్తుకు వస్తాడు. టేబుల్ మీద ఆ అబ్బాయి ఇచ్చిన ఫ్లూట్ కనిపిస్తుంది.

క్రిష్ ఆ ఫ్లూట్ తీసుకుని బాల్కనిలోకి వస్తాడు.

కిందకు చూస్తే, ఆ అమ్మాయి ఇంకా అక్కడే ఉంటుంది.

క్రిష్ నిల్చునే ఫ్లూట్ ప్లే చేస్తాడు. ఆ అమ్మాయి వెనక్కి తిరిగి పైకి చూస్తుంది.

క్రిష్ ఫ్లూట్ ప్లే చెయ్యడం ఆపేసి, ఆ అమ్మాయిని చూస్తాడు. తనకి చీకటిలో ఆమె మొహం సరిగా కనిపించదు.

క్రిష్ ఆ అమ్మాయిని చూస్తూ మళ్ళీ ఫ్లూట్ ప్లే చేస్తాడు.

మత్రం వేసినట్లు ఆ అమ్మాయి ఊగుతూ ఉంటుంది. నెమ్మదిగా ఆమె డాన్స్ చెయ్యడం మొదలు పెడుతుంది.

క్రిష్ ఆమెనే చూస్తూ ఫ్లూట్ ప్లే చేస్తూ ఉంటాడు. ఆమె కళ్ళు మూసుకుని డాన్స్ చేస్తూ ఉంటుంది.

కొన్ని నిమిషాల తరవాత, క్రిష్ ప్లే చెయ్యడం ఆపేస్తాడు. ఆమె కూడా డాన్స్ చెయ్యడం ఆపి, క్రిష్ వంక చూస్తుంది. వాళ్ళు ఇద్దరు అలా చూస్తూ ఉండిపోతారు.

క్రిష్ వేగంగా అక్కడ నుంచి కింద డెక్ కి వస్తాడు. అక్కడ తనకి ఎవ్వరూ కనిపించరు. క్రిష్ ఆ డెక్ అంతా వైట్ చూడిదార్ అమ్మాయి కోసం వెదుకుతాడు. కాని, తను మళ్ళీ కనిపించదు.

క్రిష్ నిరూస్చాహంగా తన క్యాబిన్ కి వచ్చి షవర్ చేసి బెడ్ మీద వాలిపోతాడు.

క్రిష్ కి ఆ అమ్మాయే గుర్తు వస్తు ఉంటుంది. నెమ్మదిగా కళ్ళు మూసుకుంటాడు.

Chapter 5

మర్నాటి ఉదయం...

ప్రజ్ఞ ఫిట్‌నెస్ రూమ్ కి వస్తుంది. అక్కడ పార్ధు వేట్స్ చేస్తూ కనిపిస్తాడు.

ప్రజ్ఞ పార్ధుని పట్టించుకోకుండా వెళ్ళి ట్రెడ్మిల్ మీద నడుస్తూ ఉంటుంది.

పార్ధు కూడా ప్రజ్ఞని పట్టించుకోకుండా, హెవి వెట్స్ లిఫ్ట్ చేస్తూ ఉంటాడు.

ప్రజ్ఞ వద్దు అనుకుంటూనే, పార్ధుని గ్లాన్స్ చేస్తూ ఉంటుంది.

తరవాత, పార్ధు ట్రెడ్మిల్ మీద పరుగెత్తుతూ ఉంటాడు.

ప్రజ్ఞ నెమ్మదిగా నడుస్తూ, పార్ధుని చూస్తూ ఉంటుంది.

కొంచెం సేపటి తరవాత, పార్ధు షర్ట్ అంతా తడిసిపోతుంది.

పార్ధు చికాకుగా తన షర్ట్ తీసేస్తాడు.

ప్రజ్ఞ, పార్ధు మస్కులర్ బాడీని అలా చూస్తూ ఉండిపోతుంది.

పార్ధు మళ్ళీ కొద్దిగా వేట్స్ చేసి వెళ్ళిపోతాడు.

మధ్యానం ప్రజ్ఞ షిప్ కారిడార్ లో కూర్చుని సముద్రం చూస్తూ ఉంటుంది.

క్రిష్ వచ్చి కూర్చుంటూ "Are you recovered?".

ప్రజ్ఞ: "ఉ..".

క్రిష్ చిన్నగా నవ్వి "Let's have lunch".

ప్రజ్ఞ, క్రిష్ బఫె ప్లేస్ కి వస్తారు. అక్కడ చాలా డిషస్ ఉంటాయి.

ఇద్దరు అన్నీ చెక్ చేస్తూ నడుస్తూ ఉంటారు. కొన్ని డిషస్ ముందు "అఫ్టాల్ కుక్ గాడి డిష్" అని రాసి పెట్టి ఉంటుంది.

ఎదురుగా పార్ధు నిల్చుని ఉంటాడు. ప్రజ్ఞ, పార్ధుని కోపంగా చూస్తుంది.

క్రిష్: "అఫ్టాల్ కుక్ గాడి డిష్" అని చదివి పార్ధుని చూస్తాడు.

పార్థు సర్వ్ చేస్తూ "You can have sir. Only she can't have my food".

క్రిష్ తన ప్లేట్ ఇస్తుంటే..... "క్రిష్! నువ్వు కూడా తినకూడదు" అని ప్రజ్ఞ అంటుంది.

క్రిష్ చిన్నగా నవ్వుతు "సరే! పద వేరే ఐటంస్ తీసుకుందాం".

ప్రజ్ఞ, క్రిష్ టేబుల్ దగ్గరకు వచ్చి కూర్చుని తింటూ ఉంటారు.

ప్రజ్ఞకి ఏ ఐటం నచ్చదు. క్రిష్ మాత్రం ఏమి పట్టించుకోకుండా తింటూ ఉంటాడు.

పక్క టెబుల్స్ వాళ్ళు "పార్థు అంట కుక్. చాలా బాగా చేసాడు కదా! He is very friendly" అంటూ పార్థు ఐటంస్ తింటూ మాట్లాడుకుంటూ ఉంటారు.

పార్థు ఐటంస్ దగ్గర చాలా క్రౌడ్ పెరిగిపోతూ ఉంటుంది.

ప్రజ్ఞకి తన ప్లేట్ లో ఉన్న ఫుడ్ తినలేక ఏడుపు వస్తు ఉంటుంది.

క్రిష్ ప్రజ్ఞని చూసి చిన్నగా నవ్వుకుంటూ ఉంటాడు.

ప్రజ్ఞ కొంచెం గిల్టిగా "క్రిష్! నీ కావాలంటే పార్థు ఐటంస్ వేసుకో. ఇక్కడ అందరు తన ఐటంస్ ని తెగ పొగిడేస్తున్నారు".

క్రిష్: "It's ok. I don't want to upset you. I am not particular about food anyway".

క్రిష్ ఫుడ్ ఫినిష్ చేసి పార్థు దగ్గరకు వెళ్తాడు.

క్రిష్: "Looks like you are a good cook".

పార్థు: "Thank you Sir".

క్రిష్: "నీ ఐటంస్ అన్నీ నాకు కొద్దిగా టేస్ట్ కి ఇస్తావ?".

పార్థు: "అయ్యో! సారీ. అన్నీ అయిపోయాయి సర్!".

క్రిష్: "It's ok" వెళ్ళిపోతాడు.

క్రిష్ వచ్చి, ప్రజ్ఞ ప్లేట్ లో అంత ఫుడ్ అలానే ఉందని నోటిస్ చేసి "పార్ధు ఐటంస్ అన్నీ అయిపోయాయి. నువ్వు తనతో కాంప్రమైజ్ అయితే మంచిది".

ప్రజ్ఞ ఏడుపు మొహం పెట్టుకుని పార్ధు దగ్గరకు వెళ్తుంది.

పార్ధు, ప్రజ్ఞని పట్టించుకోకుండా దిక్కులు చూస్తూ ఉంటాడు.

ప్రజ్ఞ నెమ్మదిగా "Sorry!".

పార్ధు నాకా అన్నట్టు సైగ చేస్తాడు.

ప్రజ్ఞ అవును అని తల ఊపుతుంది.

పార్ధు: "మేడమ్ గారు ఏదో అన్నారు. సరిగా వినిపించలేదు".

ప్రజ్ఞ కొంచెం బిగ్గరగా "I am sorry".

పార్ధు: "ఆహా.... సరేలే. You are forgiven".

ప్రజ్ఞ అక్కడే నిలబడి ఉంటుంది.

పార్ధు: "What do you want Ma'am?".

ప్రజ్ఞ ఇబ్బందిగా "నీ డిషస్ ట్రై చెయ్యొచ్చా?".

పార్ధు: "అన్నీ అయిపోయాయి".

ప్రజ్ఞ ఏడుపు మొహం పెట్టుకుని వెళ్తూ ఉంటే, పార్ధు "Wait Ma'am!".

పార్ధు దగ్గరగా వచ్చి "మీకు ఏం తినాలని ఉంది? Only one item. I am very tired".

ప్రజ్ఞ ఆనందంగా "Chinese noodles with Thai chicken curry".

పార్ధు: "How spicy?".

ప్రజ్ఞ, పార్ధునే చూస్తూ "నాకు ఎలా కావాలో నీకు తెలుసు కదా!".

పార్ధు, ప్రజ్ఞ కళ్ళలోకి చూస్తూ "Hmm.....Will be ready in 10 minutes" వెళ్ళిపోతాడు.

ప్రజ్ఞ వచ్చి హ్యాపీగా కూర్చుంటుంది.

క్రిష్, ప్రజ్ఞ హ్యాపీ మొహం చూస్తూ "మీరిద్దరు ఫ్రెండ్స్ అయిపోయారా?".

ప్రజ్ఞ తనలో తాను నవ్వుకుంటూ "Kind of!".

క్రిష్, ప్రజ్ఞని చూసి మనసులో "She is a baby!".

క్రిష్ లేచి "I will leave now. Is that ok?".

ప్రజ్ఞ: "Ya...ok. Will meet in the evening again".

క్రిష్: "Sure!" వెళ్ళిపోతాడు.

పార్ధు, 10 మినిట్స్ లో ఫుడ్ తో వస్తాడు. ప్రజ్ఞని చూస్తూ టేబుల్ మీద పెడతాడు.

ప్రజ్ఞ, పార్ధుని గిల్టీగా చూస్తుంది.

పార్ధు వెళ్ళిపోతు ఉంటే, ప్రజ్ఞ "ఆ.. పార్ధు! నాకు కొంచెం కంపెనీ ఇవ్వొచ్చు కదా?".

పార్ధు ఆచర్యంగా "నేనా మామ్! మీరు ఓనర్. How can I?".

ప్రజ్ఞ: "నీకు నా మీద ఇంకా కోపం పోలేదా?".

పార్ధు: "అదేం లేదు".

ప్రజ్ఞ ఆర్డర్ చేస్తున్నట్లుగా "అయితే నా ఎదురుగా కూర్చో!".

పార్ధు చికాకుగా "ఏంటి?".

ప్రజ్ఞ: "Please!".

పార్ధు: "మళ్ళీ అడుగు".

ప్రజ్ఞ మనసులో తిట్టుకుంటూ "నా ఎదురుగా కూర్చో ప్లీజ్!".

పార్ధు: "అది..." అని కూర్చుంటాడు.

ప్రజ్ఞ తింటూ చాలా హ్యాపీగా "సూపర్ చేశావ్ పార్ధు".

పార్ధు: "ఫుడ్ ని ఇంత ఎంజాయ్ చేస్తూ తినే అమ్మాయిని నిన్నే చూస్తున్నాను".

ప్రజ్ఞ ఆపకుండా తింటూ ఉంటుంది.

పార్థు, ప్రజ్ఞని చూస్తూ "తిను. తిను. నాకు వండడం ఇంటరెస్ట్. నీకు తినడం ఇంటరెస్ట్. మన ఇద్దరికీ బాగా సెట్ అవుతుంది" అంటు లేచి నిల్చుంటాడు.

ప్రజ్ఞ: "ఏయ్! ఏంటి సెట్ అంటున్నావు? నేనేదో నీతో ఫ్రెండ్లీగా ఉంటున్నానని ఎక్కువ ఆలోచించకు. నేనెక్కడ? నువ్వెక్కడ?".

పార్థు, ప్రజ్ఞని సీరియస్ గా చూస్తూ "లే".

ప్రజ్ఞ అర్థంకాని మొహంతో "ఏంటి?".

పార్థు, ప్రజ్ఞ భుజం పట్టుకుని లేపుతాడు.

ప్రజ్ఞ లేచి "ఏ! వదులు".

పార్థు ప్రజ్ఞ భుజంని వదిలి "నీకు ఇంకా పొగరు తగ్గలేదే! ఏంటి? నువ్వెక్కడ? నేనెక్కడ నా?".

పార్థు తన కుడి చెతితో తన హైట్ చెక్ చేస్తూ "అవును. నేనెక్కడ?" అని ఎడమ చేతితో ప్రజ్ఞ హైట్ చెక్ చేస్తూ "నువ్వెక్కడ? అబ్బే! మన ఇద్దరికీ అస్సలు సెట్ కాదు. నా మీద hopes పెట్టుకోకు. నాకు పొట్టి వాళ్ళంటే అస్సలు ఇష్టం ఉండదు" అని ప్లేట్ తీసుకుని విసురుగా వెళ్ళిపోతాడు.

ప్రజ్ఞ: "ఆ.. నిన్ను" అని కొట్టడానికి చెయ్యి ఎత్తుతుంది.

పార్థు వెనక్కి తిరిగి చూస్తాడు. ప్రజ్ఞ ఇబ్బందిగా చెయ్యి దింపుతుంది.

పార్థు వెళ్ళిపోతాడు. ప్రజ్ఞ ఏడుపు మొహం పెట్టుకుని చూస్తూ ఉంటుంది.

ఎదురుగా... సుమారు 60 ఏళ్ళ వ్యక్తి కూర్చుని ఇదంతా చూస్తూ ఉంటాడు. సూట్ వేసుకుని చాలా రిచ్ గా కనిపిస్తాడు. పొట్టిగా, పొట్టతో ఉంటాడు.

అతను ప్రజ్ఞ దగ్గరకు వచ్చి స్మైల్ కొడుతు "Hi".

ప్రజ్ఞ చికాకుగా చూసి "ఎవరు నువ్వు?".

ఆయన సీరియస్ గా చూస్తూ “I am Bond. James Bond!”.

ప్రజ్ఞ చికాకుగా “ఏంటి?”.

ఆయన నవ్వి “నా పేరు జేమ్స్. ఎలానో జేమ్స్ ఉంది కదా అని బాండ్ తగిలించి, జేమ్స్ బాండ్ అయిపోయాను”.

ప్రజ్ఞ చికాకుగా “పేరులో బాండ్ తగిలిస్తే, జేమ్స్ బాండ్ అయిపోతావ? నువ్వు, నీ పొట్ట!”.

జేమ్స్: “హే మిస్. యాక్షన్స్ కి, పొట్టకి సంభందం లేదు”.

ప్రజ్ఞ కోపంగా చూస్తూ “ఏంటి?”.

జేమ్స్ తడబడుతు “ఆ... ఏం లేదు. Do you like that cook?”.

ప్రజ్ఞ కోపంగా “నేనేంటి వాడిని లైక్ చేసేది?”.

జేమ్స్ ఆటిట్యూడ్ తో “నేను అదే అనుకున్నాను. నీ లాంటి షార్ట్ అండ్ బ్యూటిఫుల్ గర్ల్ కి ఆ టాల్ కుక్ సెట్ కాడు. నీ హైట్ కి నేను పర్ఫెక్ట్. Also, I am rich!”.

ప్రజ్ఞ చికాకుగా చూసి “Idiot!” అని జేమ్స్ కాలు తొక్కుతూ వెళ్ళిపోతుంది. జేమ్స్ అరవకుండా కంట్రోల్ చేసుకుంటాడు.

జేమ్స్ ఏడవ లేక నవ్వుతు “I like her attitude!”.

క్రిష్ ఒక టేబుల్ దగ్గర కూర్చుని, సముద్రం చూస్తూ, తన సెల్ చెక్ చేస్తూ ఉంటాడు. క్రిష్ ఫ్రెండ్స్ వస్తారు.

ఫ్రెండ్స్: “Hey Krish!”.

క్రిష్ వాళ్ళని చూసి హై ఫైవ్ ఇస్తూ “What’s up?”.

ఫ్రెండ్స్: “Nothing much. Kind of bored”.

ఫ్రెండ్ 1 వెకిలిగా నవ్వుతు “How was last night?”.

క్రిష్ చిన్నగా నవ్వి, వైన్ తాగుతూ “ఆమెకు మీ ఇద్దరిని రికమెండ్ చేశాను. But, she is not interested. Sorry!”.

క్రిష్: “ఇంతకి మీరు ఎవరో గర్ల్ ని చూశారు కదా! ఏమైంది?”.

ఫ్రెండ్ 2: “ఆ అమ్మాయికి ఒక బాడి గార్డ్ ఉన్నాడు. పార్ధు అంట! చాలా సీరియస్ గా ఉన్నాడు. తను కష్టం”.

ఫ్రెండ్ 1: “ఏం మాట్లాడుతున్నావు. మనకి కష్టం. కానీ, క్రిష్ కి అసాధ్యం అనేది ఏమి లేదు. ఆ అమ్మాయి క్రిష్ ని చూస్తే, పడిపోతుంది”.

క్రిష్ వైన్ గ్లాస్ టేబుల్ మీద పెడుతూ “పార్ధునా? Interesting!”.

ఫ్రెండ్ 2 : “నీకు పార్ధు తెలుసా? వాడు కొంచెం డేంజర్ గాడిలా ఉన్నాడు....” అని పార్ధు చేసింది అంతా చెపుతారు.

క్రిష్: “Really! ఇంతకీ ఆ అమ్మాయి మీకు పడలేదా?”.

ఫ్రెండ్ 2: “అందుకేగా నిన్నడిగేది! నువ్వే ఎలాగో అలా ఆ అమ్మాయిని మాకు సెట్ చెయ్యాలి”.

క్రిష్: “Will see. ఆ.. రేపు స్టాప్ ఉంది. మీరు వస్తున్నారు కదా?”.

ఫ్రెండ్ 1: “వస్తాం. ఇక్కడ కూర్చుని ఏం చెయ్యాలి”.

క్రిష్ తన రూమ్ కి వెళ్తాడు. తనకి మళ్ళీ ఆ వైట్ చూడిదార్ అమ్మాయి గుర్తు వస్తుంది. బాల్కనిలోకి వెళ్ళి బయటకు చూస్తాడు. అక్కడ ఎవరు కనిపించరు. ఇంకా చాలా వెలుతురు ఉంటుంది.

క్రిష్ దృష్టి టేబుల్ మీద ఉన్న పుస్తకం “Bhagavatam in brief” మీదకు వెళ్తుంది. క్రిష్ దానిని తీసి చదవడం మొదలు పెడతాడు.

ప్రజ్ఞ తన రూమ్ కి వచ్చి, టయిడ్ గా బెడ్ మీద పడిపోతుంది. తనకి పార్ధునే గుర్తు వస్తు ఉంటాడు. తన మస్కులర్ బాడీ గుర్తుకి వస్తుంది. ప్రజ్ఞ తల విదిలించి “ఛీ! ఏం ఆలోచిస్తున్నాను” అని కళ్ళు మూసుకుంటుంది.

ఈవెనింగ్, ప్రజ్ఞ చాలా క్యూట్ గా తయారయ్యి సోషల్ హాల్ లో కూర్చుని ఉంటుంది. పింక్ కలర్ ఫ్రాక్, రూబీ నెక్లెస్, మ్యాచ్యింగ్ ఇయర్ రింగ్స్ వేసుకుని ఉంటుంది.

క్రిష్ వచ్చి "You look nice".

ప్రజ్ఞ: "Just nice?".

క్రిష్: "రోజు పొగిడితే బాగుండదు కదా!" అని కన్ను కొడతాడు.

ఇద్దరు కలిసి కొద్దిగా అటు, ఇటు తిరుగుతారు.

డిన్నర్ టైమ్ కి వాళ్ళు టేబుల్ దగ్గరకు వెళ్ళి కూర్చుంటారు.

ఫుడ్ తో పాటు, ఒక పెద్ద బోర్డ్ కూడా ఉంటుంది. దాని మీద "అఫ్టాల్ కుక్ గాడి ఫుడ్" అని రాసి ఉంటుంది.

క్రిష్ చదివి చిన్నగా నవ్వుతూ "Pardhu is something right? మీరుద్దరు ఫ్రెండ్స్ అయిపోయారని అనుకున్నాను".

ప్రజ్ఞ చాలా అప్సెట్ అవుతుంది. ఏం మాట్లాడదు.

క్రిష్: "ఆ.. ప్రజ్ఞ! రేపు షిప్ Trincomalee పోర్ట్ లో ఆగుతుంది. Would you like to go?".

ప్రజ్ఞ: "Ya...Sure. షిప్ లో కూర్చుని ఏం చెయ్యాలి?".

క్రిష్: "ఒకే అయితే మార్నింగ్ 9 కల్లా రెడీగా ఉండు".

ప్రజ్ఞ: "ఉ.. ".

ఇద్దరు మధ్య పెద్ద మాటలు ఉండవు. చాలా క్వైట్ గా డిన్నర్ ఫినిష్ చేస్తారు.

డిన్నర్ తరవాత.. ఇద్దరు కొద్దిగా షిప్ లో అటు, ఇటు తిరుగుతారు.

ప్రజ్ఞ: "క్రిష్! నాకు టయెడ్ గా ఉంది. నేను నా క్యాబిన్ కి వెళ్తాను".

క్రిష్: "Sure! Take rest. Tomorrow full day will be outing".

ప్రజ్ఞ కిచెన్ కి వెళ్తుంది. గ్లాస్ డోర్ నుంచి లోపలికి చూస్తుంది. అక్కడ పార్థు చాలా హడావిడిగా కుక్ చేస్తూ కనిపిస్తాడు.

ప్రజ్ఞ అక్కడే కొంచెం సేపు నిలబడి పార్థుని చూసి వెళ్ళిపోతుంది.

క్రిష్ బయట సముద్రాన్ని చూస్తూ కూర్చుంటాడు. కొన్ని గంటల తరవాత...

అరౌండ్ 10 pm క్రిష్ సెల్ కి మెసేజ్ వస్తుంది.

సోను: “Are you coming? I am waiting”.

క్రిష్ సోను ఉన్న ఫ్లోర్ కి వెళ్ళి, డోర్ ముందు నిల్చుని, తలుపు కొడుతూ ఆగిపోతాడు. క్రిష్ కి వెళ్ళ బుద్ధి కాదు. మళ్ళీ తన రూమ్ కి వచ్చేస్తాడు.

క్రిష్ షవర్ చేసి, బాల్కనీలోకి వస్తాడు. ఆ అమ్మాయి కనిపిస్తుంది. మళ్ళీ అలానే రైలింగ్ మీద నిల్చుని, చేతులు చాచి సముద్రం వైపు చూస్తూ ఉంటుంది.

క్రిష్ సిగరెట్ తీసి, వెలిగించకుండా, మళ్ళీ లోపల పెట్టేస్తాడు.

తన ఫ్లూట్ తీసుకొని వచ్చి, కొద్దిగా ప్లే చేస్తాడు.

ఆ అమ్మాయి తిరిగి క్రిష్ వంక చూస్తుంది. ఇద్దరు ఒకరినొకరు చూసుకుంటారు.

క్రిష్ ఫ్లూట్ ప్లే చెయ్యడం మొదలు పెడతాడు. ఆ అమ్మాయి మళ్ళీ మంత్రం వేసినట్టు డాన్స్ చేస్తుంది.

కొంచెం సేపటి తరవాత.. క్రిష్ ఫ్లూట్ ప్లే చెయ్యడం ఆపేస్తాడు.

ఇద్దరు కొంచెం సేపు అలానే చూస్తూ ఉండిపోతారు.

క్రిష్ తేరుకుని అరుస్తూ “Hey miss. Please stay there!” అని వేగంగా లోవర్ డెక్ కి వస్తాడు.

అక్కడ తనకి ఆ అమ్మాయి కనిపించదు. చాలా నిరుత్సాహ పడతాడు.

బ్యాక్ సైడ్ డెక్ దగ్గర, పార్థు ఒక్కడే నిల్చుని బీర్ తాగుతూ సముద్రాన్ని చూస్తూ ఉంటాడు.

ప్రజ్ఞ వచ్చి “పార్థు!”.

పార్థు, ప్రజ్ఞని చూసి ఏమి పట్టించుకోడు.

ప్రజ్ఞ మళ్ళీ “నువ్వు రోజూ ఈ టైమ్ లో ఇక్కడికి వస్తావా?”.

పార్థు బీర్ తాగుతూ “ఈ టైమ్ లో మీరు ఇక్కడేంటి Ma’am!”.

ప్రజ్ఞ: “నిద్ర పట్టలేదు. జస్ట్ క్యాజువల్ గా వచ్చాను”.

ప్రజ్ఞ మళ్ళీ “నీ రూమ్ ఈ డెక్ లో ఉందా?”.

పార్థు వ్యంగ్యంగా “నేను ఇక్కడ వర్కర్. ఈ డెక్ లో కాక, మీలా పై డెక్ లో ఉంటుందా?”.

ప్రజ్ఞ కొద్దిగా హర్ట్ అయ్యి “నువ్వు చాలా ఎడ్యుకేటెడ్ గా అనిపిస్తావు. ఎక్కడి వరకు చదువుకున్నావు?”.

పార్థు: “Why are you so interested in me?”.

ప్రజ్ఞ తడబడుతు “ఇంటరెస్ట్ కాదు. జస్ట్ క్యాజువల్ గా అడుగుతున్నాను”.

పార్థు: “I am MCom gold medalist”.

ప్రజ్ఞ ఆచర్యంగా చూస్తూ “అవునా? ఏ సబ్జెక్ట్?”.

పార్థు బీర్ తాగుతూ “ఎకనామిక్స్”.

ప్రజ్ఞ: “Wow...nice. మరి ఈ కుక్ జాబ్ ఎందుకు చేస్తున్నావు?”.

పార్థు వెటకారంగా “ఆ... మీరు వస్తారని తెలిసి, దేవుడు మీకు వంట చేసి పెట్టమని నన్ను ఇక్కడికి పంపించాడు”.

ప్రజ్ఞ బుంగమూతి పెట్టుకుని “ఎందుకు, ఎప్పుడు నాతో అలా మాట్లాడతావు?”.

పార్థు సైలెంట్ గా సముద్రాన్ని చూస్తూ ఉంటాడు. ఆక్వర్డ్ సైలెన్స్.

పార్థు: "ఇంతకీ మీ ఎడ్యుకేషన్? ఫారెన్ నుంచి ఏ MBA డిగ్రీనో ఉండి ఉంటుంది లేండి!".

ప్రజ్ఞ నెమ్మదిగా "లేదు. నాకు స్టడీస్ ఇంటరెస్ట్ లేదు. కష్టపడి, BA ఫినిష్ చేశాను".

పార్థు ఆచర్యంగా చూసి "అవునులేండి! మీకు చదువు, జాబ్ లేకపోయిన గడిచిపోతుంది. మాలా కాదు!".

ప్రజ్ఞ నెమ్మదిగా "ఈ రోజు కూడా డిన్నర్ కి నువ్వు ప్రిపేర్ చేసిన ఐటంస్ చాలా బాగున్నాయి. నువ్వు వస్తావేమోనని ఎదురుచూసాను".

పార్థు: "నేను మీ ఒక్క టేబుల్కే కాదు, చాలా టెబుల్స్ కి కుక్ చెయ్యాలి".

ప్రజ్ఞ సైలెంట్ గా ఉంటుంది.

ప్రజ్ఞ: "రేపు నువ్వు ప్లేస్ చూడ్డానికి వస్తున్నావు కదా?".

పార్థు: "మీరంటే, పాసెంజర్స్! హ్యాపీగా తిరుగుతారు. నేను వర్కర్ ని. నేను మీలా తిరుగుతూ ఉంటే, నా పని ఎవరు చేస్తారు? పోనీ, మీరు చేస్తారా!".

ప్రజ్ఞ ఆచర్యంగా "నేనా?".

పార్థు: "అవును లేండి! మీరు చాలా గారాభంగా పెరిగి ఉంటారు. ఓన్లీ చైల్డ్ అనుకుంటా?".

ప్రజ్ఞ ఆత్రంగా "నీకెలా తెలుసు?".

పార్థు: "Just a guess Ma'am".

ప్రజ్ఞ: "పార్థు! నన్ను Ma'am అని పిలవద్దు. నా పేరు ప్రజ్ఞ. ప్రజ్ఞ అని పిలువు".

పార్థు పడి, పడి నవ్వుతు "ఏంటి? ప్రజ్ఞ నా? దాని మీనింగ్ తెలుసా? నీ పేరెంట్స్ నువ్వేదో పొడిచేస్తావనుకుని ఆ పేరు పెట్టి ఉంటారు. పాపం వాళ్ళకి భవిష్యత్తు ఏం తెలుసు!".

ప్రజ్ఞ కళ్ళ నుంచి నీళ్ళు వస్తాయి. పార్థు అది చూసి నవ్వడం ఆపుతాడు.

ప్రజ్ఞ భారంగా "నేను నీతో ఎంత మంచిగా మాట్లాడదామనుకున్న, ఎందుకు నువ్వు నన్ను ఇలా హర్ట్ చేస్తూ ఉంటావు" అని కళ్ళు తుడుచుకుంటూ వేగంగా వెళ్తూ ఉంటుంది.

పార్థు , ప్రజ్ఞని ఫాలో అవుతూ "ప్రజ్ఞ!".

క్రిష్ లోవర్ డెక్ అంతా ఆ అమ్మాయి కోసం వెతుకుతూ ప్రజ్ఞని చూసి ఆగుతాడు. ప్రజ్ఞ కళ్ళ నుంచి నీటిని చూస్తాడు.

క్రిష్, ప్రజ్ఞ దగ్గరకు వచ్చి "Pragnya! Are you ok?".

ఇంతలో పార్థు "ప్రజ్ఞ!" అంటూ వచ్చి, క్రిష్ ని చూసి ఆగుతాడు.

క్రిష్, పార్థుని అర్థంకానట్టు చూసి "Pragnya! Is everything ok?".

ప్రజ్ఞ కళ్ళు తుడుచుకుంటు "Ya. I am fine" అని వెళ్ళిపోతుంది.

క్రిష్, పార్థు దగ్గరకు వెళ్ళి "What's going on?".

పార్థు: "Nothing sir! Ma'am నేనేదో క్యాజువల్ గా అంటే, హర్ట్ అయ్యారు. సారీ చెప్పేలోపే వెళ్ళిపోయారు".

క్రిష్: "Hmm...Is this about the food again?".

పార్థు: "కాదు సర్. జస్ట్..".

క్రిష్, పార్థుని కొద్దిగా అనుమానంగా చూసి "అక్కడ నుంచొని మాట్లాడదాం".

ఇద్దరు వెళ్తారు.

క్రిష్: "ఇప్పుడు చెప్పు. ఏంటి ప్రాబ్లెం?".

పార్థు: "నిజంగా ఏమి లేదు సర్".

క్రిష్: "చూడు పార్థు! Pragnya is my fiancé. తను ఏమి కావాలంటే, అది నువ్వు తనకి చేసి పెట్టాలి. గొడవలు వద్దు. సరేనా?".

పార్థు: "ఒకే సర్. తను మీ ఫియాన్సే అని నాకు తెలియదు".

క్రిష్: "ఇంతకి నేను ఎవరో తెలుసా?".

పార్థు: "మీరు RK గ్రూప్ ఆఫ్ కంపనీస్ ఓనర్. అంటే, మా కంపెనీ కూడా మీరే ఓనర్".

క్రిష్: "మ్... సరే! ఇక్కేంటి? మా కంపెనీలో ఎప్పుడు జాయిన్ అయ్యావు?".

పార్థు: "3 మంత్స్ అయింది సర్".

క్రిష్: "అంతేనా! వావ్, 3 మంత్స్ లోనే one of the best cook అయ్యావు. Very impressive!".

పార్థు చిన్నగా నవ్వుతాడు.

ఫ్యూ సెకండ్స్ ఆఫ్ సైలెన్స్ ..

క్రిష్: "సరే! బై" అని వెళ్తూ మళ్ళీ వచ్చి "నీతో ఒక అమ్మాయి ఉండాలి. ఎవరు తను?".

పార్థు అయోమయంగా "నాతో నా?" అని ఆగి "ఓ.. తనా సర్. తను నా ఫ్రెండ్. She also works here as a waiter".

క్రిష్: "Really!" అని వెళ్తూ మళ్ళీ ఆగి "నీకు ఆర్చెరీ తెలుసా?".

పార్థు: "తెలుసు సర్. నేర్చుకున్నాను. మీకు ఎందుకు ఆ డౌట్ వచ్చింది?".

క్రిష్: "Just a guess!".

క్రిష్: "కుకింగ్ వచ్చు, ఆర్చెరీ వచ్చు. నైస్. ఎంత మంది మీరు?".

పార్థు: "నేను ఒక్కడినే సర్".

క్రిష్: "ఓ...నాలానే అన్న మాట!".

పార్థు మళ్ళీ చిన్నగా నవ్వుతాడు.

క్రిష్: "Ok. Good night!" వెళ్ళిపోతాడు.

పార్థు సముద్రం వంక చూస్తూ, మనసులో "Pragnya...Sir's fiancé? హు.. పార్థు! What did you expect రా?".

పార్థు ఫుల్ బీర్ బాటిల్ గడ, గడ తాగేస్తాడు.

Chapter 6

మర్నాడ్ ఉదయం ..

అందరు పాసెంజర్స్ Trincomalee పోర్ట్ లో దిగుతారు.

క్రిష్, ప్రజ్ఞ కోనేశ్వరం టెంపుల్ వెళ్దామని ప్లాన్ చేస్తారు. ఆ గుడి ఒక fort లో ఒక ఎత్తైన రాయి మీద ఉంటుంది. చుట్టు సముద్రం, చాలా అందంగా, ప్రశాంతంగా ఉంటుంది.

క్రిష్ జీన్స్, హాఫ్ హాండ్స్ వైట్ కాలార్డ్ షర్ట్ వేసుకుని, గాగుల్స్ పెట్టుకుని చాలా హాండ్సమ్ ఉంటాడు.

ప్రజ్ఞ లెమన్ ఎల్లో కలర్ విత్ బ్లాక్ స్ట్రాయిప్స్ స్లీవ్లెస్ గౌన్ వేసుకుని, మ్యాచ్యింగ్ హ్యాట్ పెట్టుకుని చాలా అందంగా ఉంటుంది.

వాళ్ళు ఫోర్ట్ లో నుంచి నడుస్తూ టెంపుల్ కి వెళ్తూ ఉంటారు.

జేమ్స్, సోను వాళ్ళ ముందర నడుస్తూ ఉంటారు.

జేమ్స్ వెనక్కి తిరిగి చూసి "Hi Krish!".

క్రిష్ నవ్వుతు "Mr. James! మీరు కూడా మా క్రూజ్ లో వచ్చారా?".

జేమ్స్ నవ్వుతు "Yes" అని ప్రజ్ఞ వంక చూసి "నువ్వేంటి ఇక్కడ?".

క్రిష్: "She is Pragnya. Pragnya Enterprises company owner. తిను మీకు ముందే తెలుసా?".

ప్రజ్ఞ, జేమ్స్ ని చికాకుగా చూస్తుంది.

జేమ్స్: "జస్ట్ షిప్ లో పరిచయం".

జేమ్స్, దూరంగా ఉన్న సోనుని పిలుస్తూ "Sonu! Come".

సోను వస్తుంది. సోను జేమ్స్ కంటే పొడవుగా ఉంటుంది.

జేమ్స్ గొప్పగా "Meet my girlfriend Sonu" అని పరిచయం చేస్తాడు.

సోను, క్రిష్ కి క్లోస్ గా షేక్ హ్యాండ్ ఇస్తూ "I know him!".

జేమ్స్ సందేహంగా "అవునా! ఎలా?".

క్రిష్: "జస్ట్ షిప్ లో కలిసాము".

ప్రజ్ఞ సోనుని చూసి ఊరుకుంటుంది.

క్రిష్, ప్రజ్ఞని చూసి, ఇబ్బందిగా "Ok. You guys carry on" అని అక్కడి నుంచి వెళ్ళిపోతారు.

క్రిష్, ప్రజ్ఞ టెంపుల్ కి వస్తారు. అక్కడ క్రిష్ ఫ్రెండ్స్ కనిపిస్తారు.

ఫ్రెండ్స్: "Hey Krish".

ఫ్రెండ్స్: "Hi Pragnya".

ప్రజ్ఞ క్యాజువల్ గా నవ్వుతుంది. వాళ్ళు ఏదో మాట్లాడుతూ ఉంటారు.

ప్రజ్ఞ టెంపుల్ చూస్తూ, వాళ్ళ నుంచి కొద్దిగా దూరంగా వెళ్ళి వెనక్కి తిరిగి చూస్తే, పార్థు వస్తు కనిపిస్తాడు.

పార్థు బ్లూ జీన్స్, ఎల్లో T-షర్ట్ వేసుకుని చాలా హాండ్సమ్ గా కనిపిస్తాడు.

ప్రజ్ఞ మొహంలో ఆనందం. పార్థునే చూస్తూ ఉంటుంది. పక్కనే, ప్రణతిని చూసి తన మొహంలో ఆనందం ఎగిరిపోతుంది.

క్రిష్ ఫ్రెండ్స్ ప్రణతిని చూస్తూ "ఏ క్రిష్ మేము చెప్పిన అమ్మాయి, తన బాడి గార్డ్ వస్తున్నారు".

క్రిష్ వెనక్కి తిరిగి చూస్తే పార్థు, తన పక్కన పసుపు ఛాయతో ఒక అమ్మాయిని చూస్తాడు. ప్రణతి లేత గులాబీ రంగు చుడిదార్ వేసుకుని ఉంటుంది.

ఫ్రెండ్1: "ఎలా ఉందిరా?".

క్రిష్ చూస్తూ "Nice. చాలా ప్యూర్ గా ఉంది".

ఫ్రెండ్: "నువ్వు వెళ్ళి ఆ అమ్మాయితో మాట్లాడి, ఎలానో సెట్ చెయ్యాలి".

క్రిష్: "ఇక్కడ ప్రజ్ఞ ఉంది. ఇక్కడ కుదరదు. షిప్ లో చేస్తాను".

పార్థు, ప్రణతి గుడికి అటు వైపుగా వెళ్తారు.

ప్రజ్ఞ చూసి, వాళ్ళ వెనకాలే వెళ్తుంది.

ప్రజ్ఞ వేగంగా వాళ్ళ దగ్గరకు వెళ్ళి "పార్థు".

పార్థు వెనక్కి తిరిగి చూస్తే ప్రజ్ఞ ఉంటుంది.

ప్రజ్ఞ: "నువ్వు రావనుకున్నాను. తిను?".

పార్థు: "తిను ప్రణతి. షిప్ లో వేటర్. నా ఫ్రెండ్".

ప్రజ్ఞ రిలీవ్డ్ గా "ఓ..".

ప్రణతి, పార్థు వంక ఎవరు ఈమె అన్నట్టు చూస్తుంది.

పార్థు: "తిను. మన ఓనర్ ఫియాన్సే!".

ప్రణతి వెంటనే వినయంగా "Hello Ma'am!".

ప్రజ్ఞ, పార్థుని అయోమయంగా చూసి "నేను తన ఫియాన్సే ఏంటి? జస్ట్ మేము ఒకరినొకరం అర్థం చేసుకుంటున్నాము. నేను ఇంకా తనకి ఎస్ చెప్పలేదు".

ఇంతలో క్రిష్ తన ఫ్రెండ్స్ తో దూరంగా వస్తు పార్థుకి కనిపిస్తాడు.

పార్థు: "ఒకే Ma'am! మేము వెళ్తాము".

ప్రజ్ఞ: "ఆ... పార్థు!".

పార్థు ఆగుతాడు. ప్రణతి మీరు మాట్లాడుకోండి అన్నట్టు చూసి వెళ్ళిపోతుంది.

ప్రజ్ఞ: "నిన్న నైట్..?".

పార్థు ప్రజ్ఞ వంక సీరియస్ గా చూసి "Ma'am! Sorry about last night. మీ ఫియాన్సే మీ కోసం వస్తున్నారు" అని వెళ్ళిపోతాడు.

ప్రజ్ఞ బెంగగా చూస్తూ నిల్చుండి పోతుంది.

ప్రజ్ఞ, పార్థు మాట్లాడుతూ ఉండడం క్రిష్ చూస్తాడు.

క్రిష్, ఫ్రెండ్స్ తో "Ok guys! I need to spend time with Pragnya. షిప్ లో కలుద్దాం మళ్ళీ".

క్రిష్, ప్రజ్ఞ దగ్గరకు వచ్చి "దర్శనానికి వెళ్దామా?".

ప్రజ్ఞ తేరుకుని "ఉ..".

ప్రణతి టెంపుల్ ఫోటోస్ తీస్తూ ఉంటుంది. పార్ధు, ప్రణతి దగ్గరకు వస్తాడు.

ప్రణతి, పార్ధు డిస్టర్బ్ మొహం చూసి "ఏంటి అలా ఉన్నావు?".

పార్ధు ఏమి లేదు అన్నట్టు తల తిప్పుతాడు.

ప్రణతి: "మేడమ్ కి నువ్వంటే ఇష్టంలా ఉంది".

పార్ధు చిన్నగా నవ్వి "ఇష్టం కాదు. నేను తనకి టైమ్ పాస్ అంతే. She is engaged to our owner Pranathi".

దర్శనం తరవాత...

క్రిష్: "ఏంటి డల్ గా ఉన్నావు?".

ప్రజ్ఞ: "ఏం లేదు. Krish! I want to be with myself for few minutes".

క్రిష్: "Ya. Sure!" అని వెళ్ళిపోతాడు.

క్రిష్ మళ్ళీ తన ఫ్రెండ్స్ దగ్గరకు వెళ్తాడు.

ప్రజ్ఞ వాకింగ్ చేస్తూ కొంచెం దూరంగా ఎవరు లేని ప్లేస్ కి వచ్చి నిల్చుని సముద్రాన్ని చూస్తూ ఉంటుంది.

జేమ్స్: "Hi Pragnya!".

ప్రజ్ఞ వెనక్కి తిరిగి చూస్తే జేమ్స్ ఒక్కడే ఉంటాడు.

ప్రజ్ఞ చికాకు మొహం పెట్టుకుని జేమ్స్ ని పట్టించుకోదు.

జేమ్స్: "ప్రజ్ఞ! నువ్వు ఈ డ్రస్ లో చాలా సెక్సీగా ఉన్నావు".

ప్రజ్ఞ అక్కడ నుంచి వెళ్ళబోతే, ప్రజ్ఞ చెయ్యి పట్టుకుంటాడు.

ప్రజ్ఞ: “ఏం చేస్తున్నావు? చెయ్యి వదులు”.

జేమ్స్ డెస్పరేట్ గా “నువ్వు నన్ను పెళ్ళి చేసుకో. నేను సోనుని వదిలేస్తాను. నేను మీ కంటే రిచ్. క్రిష్, ఆ కుక్ ఇద్దరు చాలా టాల్. నీ హైట్ కి నేనే కరెక్ట్ మ్యాచ్”.

ప్రజ్ఞ: “You rogue. నా పప్పా వయసు నీది. నీకు నేను కావలసి వచ్చానా?” చెంప మీద కొడుతుంది.

జేమ్స్: “నువ్వు నన్ను కొట్టావంటే, నీకు నా మీద ఉన్న ప్రేమ అర్థం అవుతోంది. ఏం పరవాలేదు. వయసుదేముంది? I am young at heart” అని సిగ్గుపడుతూ మళ్ళీ ప్రజ్ఞ చెయ్యి పట్టుకుంటాడు.

దూరంగా అటు వైపు నుంచి క్రిష్ తన ఫ్రెండ్స్ తో, ఇటు వైపు నుంచి పార్ధు, ప్రణతి వస్తు ఉంటారు.

ఇద్దరు జేమ్స్, ప్రజ్ఞని చూస్తారు.

క్రిష్ ఏం జరుగుతోంది అన్నట్టు చూస్తూ నెమ్మదిగా వస్తు ఉంటాడు.

ప్రజ్ఞ, జేమ్స్ చెయ్యి విడిపించుకుంటూ కనిపిస్తుంది.

పార్ధు ఉండలేక పరుగెత్తు కొంటూ వచ్చి, జేమ్స్ కాలర్ పట్టుకుని గాలిలోకి లేపుతాడు.

ప్రణతి అక్కడే నిల్చుని ఆచర్యంగా చూస్తూ ఉంటుంది.

క్రిష్ చూపులు ప్రణతి మీదకు వెళ్తాయి. ఎదురుగా నిల్చుని తననే చూస్తూ ఉంటాడు.

జేమ్స్ ఏడుస్తూ “బాబోయి నన్ను దింపు!”.

పార్ధు కోపంగా “నువ్వు, మేడమ్ చెయ్యి పట్టు కుంటావా? ఇక్కడ నుంచి నిన్ను ఆ సముద్రంలో పడేస్తాను”.

జేమ్స్ ఏడుస్తూ “బాబు ఏదో బుద్ధి గడ్డితిని చేశాను. ఇంక్కెప్పుడు చెయ్యను”.

పార్ధు వార్నింగ్ వాయిస్ తో "ఇంకో సారి నువ్వు మేడమ్ వైపు చూసినా, తన వెంట పడ్డా, తనతో మాట్లాడినా, ని పని అవుట్. జాగ్రత్త!".

జేమ్స్ కింద సముద్రాన్ని చూసి భయపడుతు "తప్పై పోయింది. నన్ను క్షమించు".

పార్ధు జేమ్స్ ని కిందకు దింపుతు "మేడమ్ కి సారి చెప్పు".

జేమ్స్: "సారి! నా కూతురులాంటి దానివి నన్ను క్షమించు" అని వెళ్ళిపోతాడు.

క్రిష్, ప్రణతి నుంచి చూపు తిప్పుకుని ప్రజ్ఞ దగ్గరకు వస్తు ఉంటాడు.

జేమ్స్, క్రిష్ ని తప్పు చేసిన వాడిలా చూసి సోను దగ్గరకు వెళ్తాడు.

జేమ్స్ ఏడుస్తూ "Darling!".

సోను: "ఛీ!" అని వెళ్ళిపోతుంది.

పార్ధు, ప్రజ్ఞని , క్రిష్ ని చూసి తల దించుకుని వెళ్ళిపోతాడు.

క్రిష్, ప్రజ్ఞ దగ్గరకు వస్తాడు.

క్రిష్: "Pragnya! Are you alright?".

ప్రజ్ఞ వెళ్ళి దూరంగా మెట్ల మీద కూర్చుంటుంది.

క్రిష్ వెళ్ళి తనకు కొద్దిగా దగ్గరగా కూర్చుంటాడు.

క్రిష్ ఏదో అనేలోపే ..."జేమ్స్ నన్ను హరాస్ చేస్తుంటే నువ్వు ఎందుకు రాలేదు?".

క్రిష్: "మీరేదో క్యాజువల్ గా మాట్లాడుతున్నారని అనుకున్నాను. I did not expect that he was harassing you".

ప్రజ్ఞ: "హు...పార్ధుకి అర్ధం అయింది. నీకు అర్ధం కాలేదా?".

క్రిష్: "I am sorry! జేమ్స్ చాలా డీసెంట్ అనుకున్నాను".

ప్రజ్ఞ, క్రిష్ వంక సందేహంగా చూస్తూ "క్రిష్! నీకు నేను నచ్చి పెళ్ళి చేసుకుందామని అనుకుంటున్నావా? లేక బిజినెస్ కోసం తప్పదని చేసుకుందామనుకుంటున్నావా?".

క్రిష్ ప్రాధేయ పడుతు "I like you Pragnya. You are very cute".

ప్రజ్ఞ విని ఊరుకుంటుంది.

అందరు నడుస్తూ టెంపుల్ నుంచి ఫోర్ట్ కి వస్తారు.

ముందు పార్ధు, ప్రణతి నడుస్తూ ఉంటారు.

వెనకాల ప్రజ్ఞ, క్రిష్ వస్తు ఉంటారు. ప్రజ్ఞ చూపులు పార్ధు మీదే ఉంటాయి. క్రిష్ అప్పుడప్పుడు ప్రణతిని గ్లాన్స్ చేస్తూ ఉంటాడు.

క్రిష్ ఫ్రెండ్స్ చూపులు ప్రణతి మీదే ఉంటాయి.

చివరిగా జేమ్స్, సోను వస్తు ఉంటారు. జేమ్స్ ఏడుస్తూ ఊసురోమనుకుంటూ, సోను చెయ్యి పట్టుకుని నడుస్తూ ఉంటాడు.

సోను, జేమ్స్ ని చికాకు పడుతూ, క్రిష్ నే చూస్తూ ఉంటుంది.

అందరు ఫోర్ట్ లో కొంచెం సేపు ఉండి, అక్కడ నుంచి లంచ్ కోసం సిటీ సెంటర్ వస్తారు.

క్రిష్ ఒక నైస్ రెస్టారెంట్ ముందు ఆగి "ప్రజ్ఞ! లంచ్ ఇక్కడ చేద్దాం".

పార్ధు, ప్రణతి దూరంగా ఒక cafe లోకి వెళ్ళడం ప్రజ్ఞ చూస్తుంది.

ప్రజ్ఞ: "క్రిష్! నాకు అంత ఫార్మల్ లంచ్ వద్దు. మనం ఆ cafeకి వెళ్దామ?".

క్రిష్: "సరే".

వాళ్ళిద్దరు కూడా అదే café కి వచ్చి, పార్ధు, ప్రణతి వెనకాలే ఆర్డర్ చెయ్యడానికి నిల్చుంటారు.

పార్ధు: "Chicken tomato basil sandwich and café latte" ఆర్డర్ చేస్తాడు.

పార్ధు: “ప్రణతి నీకు?”.

ప్రణతి: “Veggie tomato basil sandwich and a Cappuccino”.

వాళ్ళు వెళ్ళి కూర్చుంటారు.

క్రిష్: “ప్రజ్ఞ! నీకేం కావాలి?”.

ప్రజ్ఞ: “పార్ధు కి ఫుడ్ గురించి బాగా తెలుసు. తను ఆర్డర్ చేసింది కావాలి”.

క్రిష్ చిన్నగా నవ్వి, తమిళ్ లో వాళ్ళు ఆర్డర్ చేసిందే ఇవ్వమని చెప్తాడు.

వాళ్ళు వెళ్ళి పార్ధు, ప్రణతి పక్క టేబుల్ వద్ద కూర్చుంటారు.

ఫుడ్ వస్తుంది.

ప్రజ్ఞ, పార్ధుని చూస్తూ “పార్ధు! నువ్వేం ఆర్డర్ చేశావు?”.

పార్ధు ప్రజ్ఞని ఇగ్నోర్ చేస్తాడు. క్రిష్ అది చూసి ఊరుకుంటాడు.

పార్ధు చికెన్ సాండ్విచ్ తినడం చూస్తుంది.

క్రిష్ చికెన్ సాండ్విచ్ తీసుకుంటుంటే... ప్రజ్ఞ లాక్కుని “ఇది నాది!”.

క్రిష్ చిన్నగా నవ్వి “సరే” అని వేరే సాండ్విచ్ తీసుకుని ఓపెన్ చేస్తాడు.

క్రిష్ మనసులో “Oh.. She ordered veggie sandwich?” అనుకుని ప్రణతిని ఒకసారి గ్లాన్స్ చేస్తాడు.

పార్ధు, ప్రణతి ఫాస్ట్ గా ఫుడ్ తిని అక్కడ నుంచి బయట పడతారు.

అది చూసి, ప్రజ్ఞ తొందరగా ఫుడ్ నోట్లో కుక్కుకుంటుంది.

క్రిష్: “దేనికి తొందర? నెమ్మదిగా తిను”.

ప్రజ్ఞ లేస్తూ “Krish! Take your time. నేను బయట వాకింగ్ చేస్తూ ఉంటాను” వెళ్ళిపోతుంది.

క్రిష్ అర్ధంకాని మొహం పెట్టి, నెమ్మదిగా తింటూ ఉంటాడు.

ప్రజ్ఞ బయటకు వచ్చి చూస్తే, అప్పుడే పార్థు, ప్రణతి ఒక చిన్న scarfs షాప్ లోకి వెళ్తారు.

ప్రజ్ఞ కూడా వెనకాలే వెళ్తుంది.

ప్రణతి ఒక డార్క్ పింక్ స్కార్ఫ్ సెలెక్ట్ చేసుకుని వేసుకుని "పార్థు! ఎలా ఉంది?".

పార్థు: "నీ లైట్ పింక్ డ్రస్ కి బాగా సూట్ అయింది. You look beautiful!".

ప్రజ్ఞ కొద్దిగా దూరంగా నిల్చుని వింటుంది. పార్థు, ప్రజ్ఞని చూడడు.

ప్రణతి, సేల్స్ మ్యాన్ ని "How much?".

అబ్బాయి చెప్తాడు.

ప్రణతి pay చెయ్యడానికి కౌంటర్ దగ్గరకు వెళ్తుంది.

పార్థు వెనక్కి తిరిగే సరికి ప్రజ్ఞ నిలబడి ఉంటుంది.

ప్రజ్ఞ తన మెడలో ఒక లైట్ లెమన్ స్కార్ఫ్ వేసుకుని "పార్థు! ఎలా ఉంది?".

పార్థు సీరియస్ గా చూసి "బాలేదు" అని వెళ్తాడు.

ప్రజ్ఞ, పార్థు వెళ్ళే వంక బాధగా చూస్తూ స్కార్ఫ్ తీసేస్తుంది.

పార్థు మళ్ళీ వెనక్కి తిరిగి వచ్చి సేల్స్ మ్యాన్ ని ఏదో అడుగుతాడు.

ఆయన ఒక బ్లాక్ స్కార్ఫ్ విత్ ఎల్లో షైనింగ్ త్రెడ్స్ ఉన్నది ఇస్తాడు.

పార్థు అది ఓపెన్ చేసి, ప్రజ్ఞ మెడ చుట్టు వేస్తూ "మేడమ్ ! మీరు చాలా ఫేర్ గా ఉంటారు. ఇది మీకు, ఈ డ్రస్ కి బాగా సూట్ అవుతుంది".

ప్రజ్ఞ చాలా ఆనందంగా పార్థుని చూస్తుంది.

పార్థు, ప్రజ్ఞ కళ్ళలోకి చూసి, సేల్స్ మ్యాన్ తో "How much?".

అబ్బాయి చెపుతాడు.

ఇక్కడ క్రిష్ తన లంచ్ ఫినిష్ చేసి బయటకు వచ్చి చూస్తే ప్రజ్ఞ కనిపించదు.

క్రిష్ ప్రజ్ఞ కోసం అన్ని షాప్స్ లోకి తొంగి చూస్తూ నడుస్తూ ఉంటాడు.

షాప్ లో....

పార్థు, ప్రజ్ఞ కౌంటర్ దగ్గరకు వెళ్లారు. ప్రజ్ఞ తన కార్డ్ తీసి ఇచ్చేలోపే, పార్థు తన కార్డ్ ఇస్తాడు.

ప్రజ్ఞ: "ఏ! నువ్వెందుకు పే చేస్తున్నావు? వద్దు".

పార్థు, ప్రజ్ఞ కళ్ళలోకి చూస్తూ "ఇది నేను మిమ్మల్ని నిన్న హర్ట్ చేసినందుకు. Please take this as my apology gift" వెళ్ళిపోతాడు.

ప్రజ్ఞ అలా చూస్తూ ఉండిపోతుంది.

క్రిష్ కి ఒక షాప్ లో ప్రజ్ఞ, పార్థు మాట్లాడుతూ కనిపిస్తారు.

క్రిష్ లోపలికి వెళ్దాం అనుకునే లోపల పక్క షాప్ బయట హ్యాండ్ బ్యాగ్స్ చూస్తూ ప్రణతి కనిపిస్తుంది.

క్రిష్, ప్రణతిని పలకరిద్దాం అని వెళ్ళేలోపు, పార్థు షాప్ నుంచి వచ్చి, క్రిష్ ని చూసి "Hello sir" అని ప్రణతి దగ్గరకు వెళ్తాడు.

ప్రజ్ఞ కూడా షాప్ నుంచి బయటకు వస్తుంది.

క్రిష్, ప్రజ్ఞని చూసి "Nice scarf!".

ప్రజ్ఞ: "నాకు కూడా నచ్చింది. పార్థు గిఫ్ట్".

క్రిష్ ఆచర్యంగా "అవునా!".

ప్రజ్ఞ: "నిన్న నన్ను హర్ట్ చేసినందుకు ఈ గిఫ్ట్ ఇచ్చాడు".

క్రిష్: "Gentleman!".

ప్రజ్ఞ, క్రిష్ వంక చూసి "Are you ok with this?".

క్రిష్: "Ok with what?".

ప్రజ్ఞ: "అదే, ఎవరో అబ్బాయి నాకు గిఫ్ట్ ఇస్తే, నీకు ఒకేనా?".

క్రిష్: “దాంట్లో ఏముంది. It’s an apology gift”.

ప్రజ్ఞ, క్రిష్ వంక చూస్తూ, మనసులో “క్రిష్! నిన్ను అర్థం చేసుకోవడం నాకు చాలా కష్టం”.

పార్థు, ప్రణతి పోర్ట్ దగ్గరకు వెళ్ళడం ప్రజ్ఞ చూస్తుంది.

ప్రజ్ఞ, క్రిష్ తో “క్రిష్! మన బోర్డింగ్ టైమ్ ఎప్పుడు?”.

క్రిష్: “ఇంకా చాలా టైమ్ ఉంది. ఏ ఎందుకు?”.

ప్రజ్ఞ: “మరి, ఎందుకు పార్థు వెళ్ళిపోతున్నాడు? తనకి బోర్డింగ్ టైమ్ తెలియదేమో! నేను వెళ్ళి చెప్తాను”.

ప్రజ్ఞ వేగంగా వాళ్ళ దగ్గరకు వస్తుంది.

ప్రజ్ఞ: “పార్థు!”.

పార్థు, ప్రణతి వెనక్కి తిరిగి చూస్తారు.

ప్రణతి, పార్థుతో నెమ్మదిగా “మీరు మాట్లాడుకోండి. నేను వెళ్తాను” అని వెళ్ళిపోతుంది.

పార్థు: “Yes Ma’am!”.

ప్రజ్ఞ: “ఏంటి. అప్పుడే వెళ్ళిపోతున్నావు. ఇంకా బోర్డింగ్ కి చాలా టైమ్ ఉంది”.

పార్థు: “మేము వర్కర్స్ Ma’am. మా బోర్డింగ్ టైమ్ వేరే ఉంటుంది. మేము నైట్ డిన్నర్ కి చాల అరేంజ్ చెయ్యాలి”.

క్రిష్ దూరంగా నిల్చుని వీళ్ళిద్దరిని నోటీస్ చేస్తూ ఉంటాడు.

పార్థు దూరంగా క్రిష్ ని చూసి “Ma’am! ప్లీజ్ ఇంక మీరు నా వెంట పడొద్దు, నాతో మాట్లాడొద్దు, నాకు అసలు కనిపించొద్దు. You are engaged to Krish sir. తను చూస్తే బాగుండదు” అని వెళ్ళిపోతాడు.

ప్రజ్ఞ మనసంతా బరువెక్కుతుంది. వెనక్కి తిరిగి నెమ్మదిగా ఏదో ఆలోచిస్తూ క్రిష్ దగ్గరకు వస్తుంది.

క్రిష్, ప్రజ్ఞ మొహం చూసి "Are you ok? మళ్ళీ ఏమైనా అన్నాడా?".

ప్రజ్ఞ లేదు అన్నట్టు మొహం పెడుతుంది.

క్రిష్, ప్రజ్ఞ అక్కడే కొంచెం సేపు తిరిగి మళ్ళీ షిప్ కి వస్తారు.

క్రిష్: "ప్రజ్ఞ ఫ్రెష్ అయ్యి డిన్నర్ టైమ్ కి వచ్చేయి".

ప్రజ్ఞ: "నేను చాలా అలసి పోయాను. ఈ రోజు నాకు డిన్నర్ వద్దు".

క్రిష్: "Oh....ok. Take rest. Good night!".

ప్రజ్ఞ వెళ్ళిపోతుంది.

క్రిష్ తన రూమ్ కి వెళ్ళి ఫ్రెష్ అయ్యి కిందకు వస్తాడు. క్రిష్ జీన్స్, లైట్ బ్ల్యూ కలర్ కాలర్డ్ T-shirt వేసుకుని చాలా హాండ్సమ్ ఉంటాడు.

డిన్నర్ హాల్ కి వెళ్ళి చూస్తాడు. అక్కడ ప్రణతి యూనిఫార్మ్ వేసుకుని సర్వ్ చేస్తూ కనిపిస్తుంది.

క్రిష్ తన మేనేజర్ తో "ఈ రోజు నా ఫార్మల్ డిన్నర్ కాన్సెల్ చెయ్యండి. I just want an egg and cheese sandwich and red wine. ఆ అమ్మాయితో బయటకు పంపించండి" అని ప్రణతిని చూపిస్తూ అంటాడు.

మేనేజర్ ప్రణతిని చూసి "Ok sir!".

క్రిష్ బయట సిట్ అవుట్ లో కూర్చుని, సిగరెట్ స్మోక్ చేస్తూ సముద్రాన్ని చూస్తుంటాడు.

కిచెన్ లో..

షెఫ్, పార్థుతో "పార్థు! టేబుల్ 1 డిన్నర్ ఆర్డర్ కాన్సెల్ చేశారు".

పార్థు కొద్దిగా నిరుత్సాహంగా "Ok sir!".

పార్థు మనసులో "ఎందుకు బాధ పడుతున్నాను. నాకు సగం పని తగ్గింది. I should be happy!" అనుకుని పనిలో పడిపోతాడు.

క్రిష్ సముద్రాన్ని చూస్తూ ఉంటాడు.

క్రిష్ ఫ్రెండ్స్ డిన్నర్ హాల్ కి వెళ్తూ క్రిష్ ని చూసి వస్తారు.

ఫ్రెండ్స్ కూర్చుంటూ "ప్రజ్ఞ కోసం వెయిటింగ్?".

క్రిష్: "లేదు. She is tired. డిన్నర్ కి రానంది. డిన్నర్ బయట సర్వ్ చెయ్యమని చెప్పాను".

ఇంతలో ప్రణతి డిన్నర్ ప్లేట్, వైన్ బాటిల్ తో వస్తుంది.

ప్రణతి ప్లేట్ డిన్నర్ టేబుల్ మీద పెడుతూ, క్రిష్ ని చూసి "Good evening sir! This is your dinner".

క్రిష్, ప్రణతిని ఫస్ట్ టైమ్, చాలా దగ్గర నుంచి చూస్తాడు. ప్రణతి మొహం చాలా ప్రశాంతంగా కనిపిస్తుంది.

ఫ్రెండ్స్ ఇద్దరు ప్రణతిని చూసి, క్రిష్ వంక ఆచర్యంగా చూస్తారు. క్రిష్ వాళ్ళకి కన్ను కొడతాడు.

ప్రణతి: "Shall I serve wine for you sir?".

క్రిష్: "Sure. Serve my friends also".

ప్రణతి, గ్లాసెస్ లో వైన్ పోస్తూ ఉంటుంది.

ఫ్రెండ్ 2: "హలో! మమ్మల్ని గుర్తు పట్టావా?".

ప్రణతి చిన్నగా నవ్వుతు "Yes. How are you?".

ఫ్రెండ్ 2: "Fine!".

ప్రణతి మళ్ళీ క్రిష్ ని చూసి "Anything else sir?".

క్రిష్: "No. Not for now. Please wait there!".

ప్రణతి కొంచెం దూరంగా నిలబడుతుంది.

క్రిష్ ఫ్రెండ్స్ చాలా ఎక్సైట్ అవుతూ "క్రిష్! ఇదే పర్ఫెక్ట్ టైమ్. ఆమెను అడుగు".

క్రిష్: "ముందు మీరు అడగండి. మీది వర్కౌట్ కాకపోతే, నేను అడుగుతాను".

క్రిష్, ప్రణతిని పిలుస్తాడు.

ప్రణతి: "Yes sir".

క్రిష్: "My friends want more wine".

ప్రణతి మళ్ళీ వైన్ బాటిల్ ఓపెన్ చేస్తుంది.

ఫ్రెండ్ 1: "నువ్వు ఈ నైట్ ఫ్రీనా?".

ప్రణతి అర్థంకాని మొహంతో "నేనా సర్?".

ఫ్రెండ్ 1 : "yes".

ప్రణతి వైన్ గ్లాస్ లో నింపుతూ "దేనికి సర్?".

ఫ్రెండ్ 1, ప్రణతి చేతిని కొద్దిగా టచ్ చేసి "You know what I mean".

ప్రణతి వైన్ బాటిల్ క్లోస్ చేసి, వాళ్ళని ప్రశాంతంగా చూసి "సారీ సర్! నేను బిజీ".

ఫ్రెండ్ 2: "పోనీ, రేపు?".

ప్రణతి ఏమి ఎమోషన్స్ చూపించకుండా "I am always busy sir".

ప్రణతి మళ్ళీ దూరంగా వెళ్ళి నిలబడుతుంది.

వాళ్ళు క్రిష్ వంక అర్థంకానట్టు చూస్తూ "ఏంట్రా! ఈ అమ్మాయి మొహంలో ఏమి రియాక్షన్ లేదు. చాలా క్యాజువల్ గా నో అని చెప్పింది. వేరే వాళ్ళకి ఈపాటికి కోపం అయినా వచ్చేది, లేకపోతే ఒప్పుకోవడం అయినా జరిగేది. క్రిష్! ఈ అమ్మాయిని పడెయ్యడం మా వల్ల కాదు కానీ, నువ్వే అడుగు! నీకు ఈ అమ్మాయి పడకపోతే నువ్వు వేస్ట్ రా!".

క్రిష్, ప్రణతిని మళ్ళీ పిలుస్తాడు.

క్రిష్: "వైన్!".

ప్రణతి వైన్ పోస్తుంది.

ఫ్రెండ్ 2, క్రిష్ ని పాయింట్ చేస్తూ "తను ఎవరో తెలుసా?".

ప్రణతి: "తెలియదు!".

ఫ్రెండ్2: "మీ కంపెనీ ఓనర్".

ప్రణతి ఆచర్యంగా చూసి తడబడుతు "Oh...It's an honor to meet you sir!".

ఇద్దరు ఫ్రెండ్స్ వర్కౌట్ అవుతోంది అన్నట్టు చూసుకుంటారు.

క్రిష్, ప్రణతిని చూస్తూ "చూడు మిస్. వీళ్ళు నా ఫ్రెండ్స్. నీకు ఎంత మని కావాలన్న, ప్రమోషన్స్ కావాలన్న ఇస్తాను. వీళ్ళని హ్యాపీ చెయ్యి".

ప్రణతి, క్రిష్ ని ప్రశాంతంగా చూస్తూ "Sorry sir! I can't make them happy. I am not interested in them".

క్రిష్, ప్రణతి కళ్ళలోకి చూస్తూ "Ok. Are you interested in me?".

ప్రణతి ఫర్మ్ గా "Sorry sir. I am not interested in you either".

ఇద్దరు ఫ్రెండ్స్ ముసి, ముసిగా నవ్వుతారు.

క్రిష్ ఓటమిని ఒప్పుకోలేకపోతాడు. చిన్నగా నవ్వుతు "నువ్వు ఏం కావాలన్న నేను ఇస్తాను. Ask me".

ప్రణతి, క్రిష్ ని ప్రశాంతంగా చూస్తూ "ఏం కావాలన్న ఇస్తారా?".

క్రిష్: "నువ్వు నేను అడిగిన దానికి ఒప్పుకోవాలే కానీ, నీకు ఏం కావాలంటే అది ఇస్తాను".

ప్రణతి: "సరే... అయితే, మీరు నన్ను పెళ్ళి చేసుకుంటే, నేను మిమ్మల్ని హ్యాపీ చేస్తాను".

క్రిష్ తన లైఫ్ లో ఫస్ట్ టైమ్ ఒక అమ్మాయిని షాక్ అయ్యి చూస్తాడు.

ఫ్రెండ్స్ ఇద్దరు ఒకరితో ఒకరు "చచ్చింది గొర్రె!".

క్రిష్ నెమ్మదిగా "It's not possible".

ప్రణతి ఏమి ఎమోషన్స్ చూపించకుండా "I understand. Would like to have more wine sir?".

ఫ్రెండ్ 1: "మీ సర్ ఎంగేజ్డ్. అందుకే నిన్ను పెళ్ళిచేసుకోలేడు".

క్రిష్: "Even if I am not...., I won't marry you".

ప్రణతి ఏమి ఎమోషన్స్ చూపించకుండా "Good to know. Shall I leave sir?".

క్రిష్, ప్రణతి ఎమోషన్స్ లేని మొహం చూసి ఆచర్యపోతాడు.

ఫస్ట్ టైమ్ ఒక అమ్మాయి రిజెక్షన్ ని క్రిష్ తట్టుకోలేకపోతాడు. క్రిష్ కి ప్రణతిని పొందాలన్న కోరిక ఎక్కువ అవుతుంది.

క్రిష్: "Wait! పెళ్ళి కాకుండా నువ్వు ఇంకేదైనా అడుగు. నేను తప్పకుండా చేస్తాను".

ప్రణతి మనసులో చికాకుగా "What does he think of himself? నేను ఎలా కనిపిస్తున్నాను? కంపెనీ ఓనర్ అని ఊరుకుంటున్నాను..." అనుకుని, పైకి ఏమి ఎమోషన్స్ చూపించకుండా "Sorry sir. I am not that kind of a girl".

క్రిష్: "ఇప్పటి వరకు నేను ఏ అమ్మాయిని ఫోర్స్ చెయ్యలేదు. ఆ అవసరం రాలేదు".

ప్రణతి, క్రిష్ ని సీరియస్ గా చూస్తూ "అవసరం వస్తే చేస్తారా సర్?".

క్రిష్: "నేను అలాంటి వాడిని కాదు. నేను ఫోర్స్ చెయ్యను. కన్విన్స్ చేస్తాను. అందుకే అడుగుతున్నాను, నువ్వు నాతో పెళ్ళి తప్ప, ఏం అడిగిన ఇస్తాను".

ప్రణతి మనసులో "మ్.....సర్ నన్ను వదిలేటట్టు లేరు. చెప్తా!".

ప్రణతి క్రిష్ కళ్ళలోకి గుచ్చి చూస్తూ "నిజంగా ఇస్తారా?".

క్రిష్: "Yes".

ప్రణతి ప్రశాంతంగా చూస్తూ "మీ ప్రాణాలు ఇస్తే, నేను మిమ్మల్ని హ్యాపీ చేస్తాను".

క్రిష్, ఫ్రెండ్స్ మళ్ళి షాక్ అవుతారు.

ఫ్రెండ్ 2 కోపంగా "ఏం మాట్లాడుతున్నావు? తన ప్రాణాలు పోయాక, నువ్వు తనని ఎలా హ్యాపీ చేస్తావు?".

క్రిష్, ఫ్రెండ్ వంక కామ్ డౌన్ అన్నట్టు చూస్తాడు.

క్రిష్: "నా ఫ్రెండ్ అన్న దాంట్లో కూడా పాయింట్ ఉంది. పోనీ, ముందు నువ్వు నన్ను హ్యాపీ చెయ్యి, తరవాత, నేను నా ప్రాణాలు నీకు ఇస్తాను. సరేనా!".

ప్రణతి చిన్నగా నవ్వి "నిజంగా ఇస్తారు కదా! మోసం చెయ్యరు కదా?".

క్రిష్ కళ్ళతోనే నవ్వుతు "Promise!".

ప్రణతి, క్రిష్ ని ప్రశాంతంగా చూస్తూ "సరే .. నేను మీకు నా ఆన్సర్ ఈ రాత్రి 11:30 కి చెప్తాను. మీరు కింద డెక్ కి రండి".

క్రిష్: "సరే! Hope you will say yes".

ప్రణతి: "More wine sir?".

క్రిష్: "No. You may leave".

ప్రణతి వెళ్ళిపోతుంది.

ఫ్రెండ్ 1: "క్రిష్! నేకేమైన పిచ్చి పట్టిందా? తను ఒప్పుకుంటే, నువ్వు నిజంగా చచ్చిపోతావ?".

క్రిష్ సిగిరెట్ స్మోక్ చేసి గాలిలోకి వదులుతూ వాళ్ళని చూసి చిన్నగా నవ్వుతాడు.

క్రిష్ కి సోను నుంచి టెక్స్ట్ మెసేజ్ వస్తుంది.

"Hey! Did not come last night. What about tonight?".

క్రిష్ మెసేజ్ ఇగ్నోర్ చేస్తాడు.

కొంచెం సేపటి తరవాత, క్రిష్ తన రూమ్ కి వెళ్తాడు. టైమ్ 11 pm.

క్రిష్ చాలా కుతూహలంగా బాల్కనీలోకి ఫ్లూట్ తీసుకుని వెళ్తాడు.

లోవర్ డెక్ లో ఆ అమ్మాయి మళ్ళీ వైట్ చూడిదార్ వేసుకుని, చేతులు చాచి నిల్చుని ఉంటుంది.

క్రిష్ ఫ్లూట్ ప్లే చేద్దాం అనుకుని ఆగిపోయి, వేగంగా కిందకు ఆ అమ్మాయి నిల్చుని ఉన్న ప్లేస్ కి వస్తాడు.

ఆ అమ్మాయి ఇంకా అక్కడే ఉంటుంది.

క్రిష్ నెమ్మదిగా ఆ అమ్మాయి వెనకాలే, ఆమె లానే, చేతులు చాచి నిల్చుంటాడు.

ఆ అమ్మాయి అలికిడికి, రైలింగ్ పట్టుకుని, తల తిప్పుతుంది.

క్రిష్ ఆమెను చూసి షాక్ అవుతాడు.

ప్రణతి, క్రిష్ ని చూసి రైలింగ్ దిగుతుంది.

ప్రణతి: "సర్! మీరేంటి ఇక్కడ? ఇంకా 11:30 కాలేదు".

క్రిష్ ఆచర్యంగా చూస్తూ "నువ్వు రోజు ఇక్కడ ఈ టైమ్ లో నిలుచ్చుంటావా?".

ప్రణతి క్యాజివల్ గా "అవును సర్".

క్రిష్, ప్రణతిని నమ్మలేనట్టు చూస్తాడు.

ప్రణతి: "నేను ఒకరి కోసం వెయిట్ చేస్తున్నాను. ప్లీజ్, మీరు 11:30కి రండి. అప్పుడు నా ఆన్సర్ చెప్తాను" అని పైన క్రిష్ క్యాబిన్ వంక చూస్తుంది.

ప్రణతికి అక్కడ ఆ వ్యక్తి కనిపించడు. ప్రణతి కొద్దిగా నిరూస్చాహంగా వెళ్తూ ఉంటుంది.

క్రిష్, ప్రణతినే చూస్తూ ఉంటాడు. క్రిష్ తన పాంట్ కి పెట్టుకుని ఉన్న ఫ్లూట్ తీసి ప్లే చేస్తాడు.

ప్రణతి వెళ్ళేది ఆగి, వెనక్కి తిరిగి చూస్తుంది. ఎదురుగా క్రిష్ ఫ్లూట్ పట్టుకుని ఉంటాడు.

ప్రణతి, క్రిష్ ని ఆచర్యంగా చూస్తుంది.

క్రిష్ పైన క్యాబిన్ చూపిస్తూ "అది నా రూమ్".

ప్రణతి నమ్మలేనట్టు క్రిష్ ని చూస్తుంది.

క్రిష్ తన ఫ్లూట్ ప్లే చేస్తాడు. ప్రణతి మళ్ళీ మంత్రం వేసినట్టు నెమ్మదిగా డాన్స్ చేస్తూ ఉంటుంది. కొన్ని నిముషాల తరవాత.. ఇద్దరు ఆగి పోతారు.

క్రిష్: "రోజు నిన్ను కలవడానికి ట్రై చేస్తున్నాను. Finally, we met. అవునూ... నువ్వు ఎవరినో కలవాలన్నావు?".

ప్రణతి: "మీకు ఇంకా అర్థం కాలేదా?".

క్రిష్ చిన్నగా నవ్వి "ఓ... నన్నేనా?".

ప్రణతి తల దించుకుని "ఉ...".

క్రిష్: "ఇప్పుడు కలిసావు కదా! నీ ఆన్సర్ ఏంటి?".

ప్రణతి అయోమయంగా చూసి "ఆన్సర్? దేని గురించి?".

క్రిష్: "అదే, నువ్వు నన్ను హ్యాపీ చెయ్యడం గురించి?".

ప్రణతి, క్రిష్ ని నమ్మలేనట్టు చూసి "నన్ను చూసాక కూడా, మీ మనసు మారలేదా?".

క్రిష్ అయోమయంగా "మనసు? ఎందుకు మారుతుంది?".

ప్రణతి క్రిష్ ని డిసపాయింటెడ్ గా చూస్తూ "ఓ.. సరే అయితే, మీకు నేను కావాలా? నా ప్రేమ కావాలా?".

క్రిష్: "ప్రేమ? నాకు ప్రేమ మీద నమ్మకం లేదు. నాకు నువ్వే కావాలి".

ప్రణతి కళ్ళలో నీరు. అది కనిపించకుండా వెనక్కి తిరిగి వెళ్ళబోతుంది.

క్రిష్: "ఇంకో హాఫ్ అవర్ లో వైన్ తీసుకుని నా క్యాబిన్ కి రా. నీ కోసం ఎదురు చూస్తూ ఉంటాను. నువ్వు నా ప్రాణం కావాలన్నావు కదా! ఇస్తాను".

ప్రణతి విని సైలెంట్ గా వెళ్తూ ఉంటే... "ఇంతకి, నీ పేరు?".

ప్రణతి వెనక్కి తిరగకుండా "ప్రణతి!".

క్రిష్ నెమ్మదిగా "ప్రణతి?" అనుకుని, "ప్రణతి అంటే?".

ప్రణతి వెనక్కి తిరిగి, క్రిష్ ని చూస్తూ "ప్రేమ! లవ్!".

ప్రణతి వెళ్ళిపోతుంది.

క్రిష్: "ప్రేమ?".

క్రిష్ తన రూమ్ కి వస్తాడు. టైమ్ 11:30 pm. Bhagavatam బుక్ లో లాస్ట్ టూ పేజెస్ ఫినిష్ చేస్తాడు.

క్రిష్ తన బెడ్ మీద పడుకుని ప్రణతి గురించి ఆలోచిస్తూ కళ్ళు మూసుకుంటాడు.

Chapter 8

ప్రజ్ఞకి నిద్ర పట్టదు. ఏదో తెలియని బాధ తన మనసుని వేధిస్తూ ఉంటుంది.

ప్రజ్ఞ నైట్ గౌన్ వేసుకునే, షిప్ బ్యాక్ సైడ్ డెక్ కి వెళ్తుంది.

అక్కడ పార్ధు ఒక్కడే నిల్చుని బీర్ తాగుతు కనిపిస్తాడు.

ప్రజ్ఞ కూడా పక్కగా వచ్చి నిల్చుంటుంది.

పార్ధు, ప్రజ్ఞని చూసి వెళ్తూ ఉంటే "పార్ధు! ఈ రోజు నువ్వు చేసినదానికి చాలా థాంక్స్!".

పార్ధు: "దేని గురించి?".

ప్రజ్ఞ: "అదే జేమ్స్ నన్ను హరాస్ చేస్తుంటే.. నువ్వు హెల్ప్ చేశావు".

ప్రజ్ఞ నెమ్మదిగా "అక్కడ అంత మంది ఉన్నా, ఎవరు పట్టించుకోలేదు. నువ్వు ఎందుకు..?".

పార్ధు: "మీ ప్లేస్ లో అక్కడ ఎవరు ఉన్నా, నేను అలానే బిహేవ్ చేసేవాడిని" అని ఆగి "కొంప తీసి, నేను మిమ్మల్ని ఇష్టపడుతున్నానని ఊహిస్తున్నారా ఏంటి?".

ప్రజ్ఞ: "మ్...మరి ఆ గిఫ్ట్?".

పార్ధు: "మీకు ఆల్రెడీ ఎందుకు ఇచ్చానో చెప్పాను కదా!".

ప్రజ్ఞ, పార్ధుకి చాలా దగ్గరగా వచ్చి "నేను నీకు మరీ అంత వెర్రి దానిలా కనిపిస్తున్నాన? నీ ఫ్రెండ్ కి కొని ఇవ్వలేదు. నాకు ఇచ్చావు".

పార్ధు వెటకారంగా "మీరు ప్రజ్ఞ కదా! చాలా తెలివెక్కువ. బా గెస్స్ చేశారు" అని వెళ్తూ ఉంటే, ప్రజ్ఞ పార్ధు చెయ్యి పట్టుకుంటుంది.

పార్ధు: "Ma'am! ఎవరైన చూస్తే బాగుండదు".

ప్రజ్ఞ చెయ్యి వదలదు.

పార్ధు: "Ma'am!". ప్రజ్ఞ పార్ధు చెయ్యి విడవదు.

పార్థు చికాకుగా "ప్రజ్ఞ! వదులు".

ప్రజ్ఞ, పార్థుని హగ్ చేస్తు "నువ్వు నన్ను అలా పిలిస్తే, చాలా బాగుంది. నన్ను అలానే పిలువు".

పార్థు, ప్రజ్ఞని తోస్తూ "సరే! ఇంక నన్ను వదులు".

ప్రజ్ఞ ఇంకా గట్టిగా హగ్ చేస్తూ "ఊహు...".

డోర్ మీద ఎవరో కొట్టిన చప్పుడుకి క్రిష్ లేస్తాడు. టైమ్ చూస్తే రాత్రి 12.

క్రిష్, డోర్ ఓపెన్ చేస్తాడు. ఎదురుగా ప్రణతి అదే వైట్ చూడిదార్ వేసుకుని నిల్చుని ఉంటుంది.

ఇద్దరు ఒకరి నొకరు చూసుకుంటారు.

ప్రణతి లోపలికి వస్తుంది. క్రిష్ డోర్ వేస్తాడు.

కొంచం సేపటి తరవాత..

క్రిష్ బెడ్ మీద నుంచి లేచి షర్ట్ వేసుకుంటాడు.

ప్రణతి షీట్ కప్పుకుని సీలింగ్ ని చూస్తూ ఉంటుంది. తన కంటి పక్క నుంచి నీరు కారుతుంది.

క్రిష్ బాల్కనిలోకి వెళ్ళి సిగిరెట్ వెలిగించి స్మోక్ చేస్తూ, సముద్రాన్ని చూస్తూ ఉంటాడు.

ప్రణతి నెల మీద పడిన తన బట్టలు తీసుకుని, వేసుకుని క్రిష్ దగ్గరకు వస్తుంది.

ప్రణతి: "సర్!".

క్రిష్ తిరిగి చూస్తాడు.

ప్రణతి: "సర్! మీరు అడిగినట్టే నేను మిమ్మల్ని హ్యాపీ చేశాను. మీరు ఇప్పుడు మీ ప్రాణాలు నాకు ఇవ్వాలి".

క్రిష్ చిన్నగా నవ్వుతు ప్రణతిని చూసి “నువ్వు నిజంగా నేను చెప్పింది నమ్మావా?”.

ప్రణతి, క్రిష్ ని ప్రశాంతంగా చూస్తూ “నమ్మాను”.

క్రిష్: “నేను నీకు అబద్ధం చెప్పాను. నేను నీకు నా ప్రాణాలు ఇవ్వలేను”.

ప్రణతి: “నిజంగా ఇవ్వలేరా?”.

క్రిష్: “ఉ... సారీ! నన్ను నమ్మడం నీ తప్పు”.

ప్రణతి విరక్తిగా నవ్వి “అవును. నా తప్పే” అని వెళ్తూ ఆగి “మళ్ళీ, నాకు మిమ్మల్ని చూడాలని అనిపిస్తే...”.

క్రిష్: “నువ్వు నా కంపెనీలో చిన్న వర్కర్ వి. మనం కలవడం ఇంక కుదరదు”.

ప్రణతి: “అవును! నిజమే. మీరు మా కంపెనీ ఓనర్. నేను మిమ్మల్ని కలవాలనుకోవడం తప్పు” అని వెళ్తూ మళ్ళీ ఆగి “పోనీ, నా కోసం చివరి సారిగా, మీ ఫ్లూట్ ప్లే చేస్తారా?”.

క్రిష్ సిగిరెట్ పడేసి “Sure!” అని ఫ్లూట్ తెచ్చి ప్లే చెయ్యబోతే “ఇక్కడ కాదు. కింద”.

క్రిష్: “సరే! పద”.

ఇద్దరు లోవర్ డెక్ దగ్గరకు వస్తారు.

క్రిష్ ఫ్లూట్ ప్లే చేస్తాడు. ప్రణతి డాన్స్ చెయ్యకుండా, క్రిష్ భుజం మీద తన తల ఆనించి వింటూ ఉంటుంది.

క్రిష్ ప్లే చెయ్యడం అయిపోయాక, ప్రణతి కళ్ళు తెరిచి, రైలింగ్ ఎక్కి, చేతులు చాపుతుంది.

క్రిష్ కూడా ప్రణతి వెనగ్గా నిల్చుని చేతులు చాపుతాడు.

ఫ్యూ సెకండ్స్ తరవాత, ప్రణతి తన తల తిప్పి, తన ఎడమ చేతితో క్రిష్ తల వెనకాల చెయ్యి పెట్టి, క్రిష్ పెదవుల మీద ముద్దు పెడుతుంది.

క్రిష్ షాక్ అయ్యి, కొద్దిగా దూరం జరిగి “ఏం చేశావు?”.

ప్రణతి: "మీరు ఇంత వరకు నన్ను కిస్ చెయ్యలేదు".

క్రిష్: "నేను ఇంత వరకు ఏ అమ్మాయిని కిస్ చెయ్యలేదు".

ప్రణతి రైలింగ్ మీదే నిల్చుని "ఎందుకు?".

క్రిష్: "పెదవుల మీద ముద్దు పెడితే, ప్రేమ ఉన్నట్టు. నాకు ప్రేమ మీద నమ్మకం లేదు".

ప్రణతి చిన్నగా నవ్వుతుంది.

ప్రణతి: "సరే నేను వెళ్తాను".

క్రిష్ కొంచెం దిగులుగా "అప్పుడేనా?".

ప్రణతి ప్రశాంతంగా చూస్తూ "ఉ...తప్పదు. నేను మిమ్మల్ని నమ్మి తప్పు చేశాను. నా తప్పుని నేను సరిదిద్దు కోవాలి కదా!".

ప్రణతి వేగంగా రైలింగ్ పైగా ఎక్కి, సముద్రంలోకి దూకుతుంది.

క్రిష్ బిగ్గరగా "ప్రణతి!" అని అరుస్తూ సముద్రంలోకి దూకుతాడు.

ప్రణతి నీటి కిందకు వెళ్ళిపోతు ఉంటుంది. పక్కనే షిప్ కింద భాగం తనని అల్మోస్ట్ కొట్టేస్తుంటే, క్రిష్ ప్రణతి చెయ్యి పట్టుకుని, పక్కకు లాగుతాడు.

షిప్ ముందుకి వెళ్ళిపోతు ఉంటుంది.

ఆ ఫోర్స్ కి ప్రణతి, క్రిష్ నీటి కిందకు వెళ్ళిపోతు ఉంటారు. క్రిష్, ప్రణతి చెయ్యి పట్టుకుని పైకి రావడానికి చాలా ప్రయత్నిస్తాడు, కాని పైకి రాలేకపోతాడు.

క్రిష్ ఓపిక లేక ఇంక ప్రయత్నించడం నెమ్మదిగా ఆపేస్తాడు. పౌర్ణమి వెలుగు నీటిలో పడుతు ఉంటుంది. ఆ వెలుగులో క్రిష్, ప్రణతిని చూస్తాడు.

ప్రణతి కళ్ళు మూసుకుని ప్రాణం లేకుండా ఉంటుంది. క్రిష్, ప్రణతినే చూస్తూ, తను కూడా నెమ్మదిగా కళ్ళు మూసుకుంటాడు.

క్రిష్ మనసులో "దేవుడా! నాకు బ్రతికే ఒక్క ఛాన్స్.. ఒక్క ఛాన్స్ ఇవ్వు. బ్యాడ్ హాబిట్స్ అన్నీ మానేస్తాను. ప్రణతిని పెళ్ళి చేసుకుని, ఇంక ఏ అమ్మాయి వంక చూడను".

ప్రజ్ఞ పార్ధుని హగ్ చేసి ఉంటుంది.

పార్ధు, ప్రజ్ఞని బలవంతంగా దూరం జరుపుతాడు.

ప్రజ్ఞ కళ్ళ నీళ్ళతో "నీ వెంట పడుతున్నానని, నీకు నేనంటే చిన్న చూపు కదా!".

పార్ధు: "ప్రజ్ఞ! నీకు పిచ్చెక్కిందా? నీ ఫియాన్సేని పక్కన పెట్టుకుని, ఎందుకు నా వెంట పడుతున్నావు?".

ఇంతలో వాళ్ళ కాళ్ళ కిందకు వాటర్ వస్తు ఉంటుంది.

పార్ధు కంగారుగా ప్రజ్ఞని చూస్తాడు. ప్రజ్ఞ ఏమి పట్టించుకోకుండా వెనక్కి తిరిగి సముద్రాన్ని చూస్తూ ఉంటుంది.

ప్రజ్ఞ: "తను నా ఫియాన్సే కాదు. నా పప్పా ఫోర్స్ చేస్తే, తనని కలవడానికి వచ్చాను. అంతే! నాకు నువ్వంటే ఇష్టం. I love you Pardhu!".

లోవర్ డెక్ అంతా వాటర్ వచ్చేస్తు ఉంటుంది. పార్ధు వాటర్ ని చూస్తూ కంగారుపడుతు ఉంటాడు. మైండ్ బ్లాంక్ అవుతుంది. ప్రజ్ఞ చెప్పేదేది పట్టించుకోడు.

షిప్ నుంచి పెద్దగా శబ్దం వస్తుంది. షిప్ రెండుగా విడిపోతూ ఉంటుంది.

పార్ధు, ప్రజ్ఞ ఏం జరుగుతుందో అర్ధం చేసుకునే లోపే షిప్ నీళ్ళలో మునిపోతూ ఉంటుంది.

పార్ధు అక్కడే ఉన్న రెండు లైఫ్ వెస్ట్స్ ని తీసుకుంటాడు.

పార్ధు కంగారుగా ప్రజ్ఞని హగ్ చేసి "వేసుకు".

ప్రజ్ఞ కంగారుగా వెస్ట్ వేసుకుంటుంది.

క్రిష్, ప్రణతి చేతులు పట్టుకుని నీటి కిందకు వెళ్ళిపోతూ ఉంటారు.

క్రిష్ చేతికి ఏదో దొరుకుతుంది.

క్రిష్ కళ్ళు తెరిచి చూస్తే, ఒక పెద్ద షిప్ రెక్కలా ఉంటుంది. క్రిష్ దాన్ని పట్టుకుని, వేరే చేతితో ప్రణతిని పట్టుకుని పైకి పుష్ చేస్తూ వస్తాడు.

క్రిష్, ప్రణతి నీటి పైకి వస్తారు. క్రిష్ చోకింగ్ గా దగ్గుతాడు. ప్రణతి కళ్ళు మూసుకుని ఇంకా ప్రాణం లేనట్టే ఉంటుంది.

క్రిష్, ప్రణతిని బోర్డు మీద పడుకోపెట్టి, పొట్ట నొక్కుతూ, నోట్లో గాలి ఊదుతు ఉంటాడు. కొంచెం సేపటి తరవాత, ప్రణతి నోట్లో నుంచి నీళ్ళు వస్తు ఉంటాయి. ప్రణతి దగ్గుతు లేస్తుంది.

క్రిష్ హ్యాపీగా ఏడుస్తూ ప్రణతిని హగ్ చేస్తాడు.

క్రిష్ ఎదురుగా చూస్తే, దూరంగా వాళ్ళ షిప్ ముక్కలుగా అయిపోయి మునిగి పోతూ ఉంటుంది.

క్రిష్ వాళ్ళు కూర్చుని ఉన్న షిప్ రెక్కని నమ్మలేనట్టు చూస్తూ, మనసులో "ఏమవుతోంది? మా షిప్ ఎందుకు మునిగిపోతోంది? మేము కూర్చుని ఉంది.. మా షిప్ దా! ".

క్రిష్ ఆచర్యంగా దూరంగా వాళ్ళ షిప్ మునిగిపోవడం చూస్తూ "నమ్మలేకుండా ఉన్నాను. నేను కోరిన కోరికకు, మమ్మల్ని బ్రతికించడానికి దేవుడు షిప్ ని ముంచేసాడా?".

క్రిష్ ఆకాశం వంక బాధగా చూస్తూ "నేను చావు నుంచి తప్పించుకున్నానా? లేక షిప్ లో అంత మంది చావుకి నేను కారణమయ్యానా?".

ప్రణతి మునిగిపోతున్న షిప్ ని చూసి ఏడుస్తూ "అయ్యో! పార్థు".

క్రిష్, ప్రణతిని ఓదారుస్తూ పట్టుకుని కూర్చుంటాడు.

Chapter 9

సూర్య కిరణాలు క్రిష్ మొహం మీద పడుతు ఉంటాయి. క్రిష్ కి మెళకువ వస్తుంది. తన చేతులు ప్రణతి చుట్టు ఉంటాయి. ప్రణతి తన గుండె మీద తలపెట్టి పడుకుని ఉంటుంది.

ఒక అమ్మాయితో పడుకోవడం క్రిష్ కి ఇదే మొదటి సారి. తనకి చాలా వింత ఫీలింగ్ వస్తుంది.

క్రిష్ పడుకునే చుట్టు చూస్తాడు. దూరంగా ఒక పెద్ద దిబ్బలా కనిపిస్తుంది.

క్రిష్ కొద్దిగా లేస్తాడు. ఆ అలికిడికి ప్రణతి కళ్ళు తెరిచి చూసి, ఇబ్బందిగా క్రిష్ నుంచి కొద్దిగా దూరంగా జరుగుతుంది.

క్రిష్: "దూరంగా అక్కడ ఏదో ఐలాండ్ లా ఉంది. మనం అక్కడికి వెళ్దాం" అని తన చేతితో వాళ్ళు కూర్చుని ఉన్న రెక్కని అటు వైపు తిప్పుతు వెళ్తాడు.

ప్రణతి కూడా చేతితో నెట్టుతు ఉంటుంది.

వాళ్ళిద్దరు ఒడ్డు చేరుతారు. క్రిష్ రెక్కని ఒడ్డు మీద పెడతాడు.

అక్కడ చిన్న ఒడ్డు, దూరంగా లోపల ఒక అడవిలా ఉంటుంది.

క్రిష్, ప్రణతి ఒడ్డు మీద కూర్చుని సముద్రాన్ని చూస్తారు. ఇద్దరు చాలా సేపు అలానే కూర్చుండి పోతారు.

క్రిష్: "ఇదంతా కలలా ఉంది కదా?".

ప్రణతి చాలా దిగులుగా "షిప్ లో అందరు ఏమైయ్యారో? పార్థు..".

క్రిష్: "పార్థు బానే ఉన్నాడు".

ప్రణతి: "మీకెలా తెలుసు?".

క్రిష్ సముద్రాన్ని చూస్తూ "ఏమో! నాకు అలా అనిపిస్తోంది".

ప్రణతి, క్రిష్ వంక అర్థంకానట్టు చూసి మళ్ళీ సముద్రం వైపు చూస్తుంది.

క్రిష్, ప్రణతి ఉన్న ఐలాండ్, ఇంకో ఒడ్డు మీద పార్థు, ప్రజ్ఞ పడిపోయి ఉంటారు. పార్థు, ప్రజ్ఞ చేతిని గట్టిగా పట్టుకుని వెల్లకిలా పడుకుని ఉంటాడు.

ప్రజ్ఞకి మెలకువ వస్తుంది. చూస్తే, పార్థు పక్కనే తన చెయ్యి పట్టుకుని కళ్ళు మూసుకుని ఉంటాడు.

ప్రజ్ఞ కంగారుగా "పార్థు! పార్థు!".

పార్థు లేచి చుట్టు చూస్తాడు. వాళ్ళు ఒక చిన్న ఒడ్డు మీద ఉంటారు. ఎదురుగా ఒక పెద్ద అడవిలా కనిపిస్తుంది.

పార్థు, ప్రజ్ఞ లైఫ్ వెస్ట్స్ తీసేసి దిగులుగా కూర్చుండిపోతారు.

పార్థు దిగులుగా "ప్రణతి ఎలా ఉందో? ఎందుకు మన షిప్ అలా మునిగిపోయింది?".

ప్రజ్ఞ కూడా దిగులుగా "అవును! క్రిష్ ఎలా ఉన్నాడో? ఇలా జరిగిందంటే నాకు నమ్మ బుద్ధి కావడం లేదు".

ఇద్దరు సైలెంట్ గా కూర్చుని ఉంటారు.

క్రిష్ సముద్రాన్ని చూస్తూ "నువ్వు ఎందుకు చావాలని అనుకున్నావు?".

ప్రణతి ఏమి మాట్లాడదు. కొన్ని సెకనుల నిశబ్దం.

ప్రణతి లేచి నీళ్ళతో తన మొహం కడుక్కుని వస్తుంది. క్రిష్ కూడా అదే చేస్తాడు.

ప్రణతి: "సర్! ఇప్పుడెలా?".

క్రిష్ తన పాకెట్స్ చెక్ చేస్తూ "ఓ.. నేను సెల్ తేలేదు" ఫ్లూట్ చూపిస్తూ "ఇదొక్కటే ఉంది".

వాళ్ళు ఏదైనా షిప్ కనిపిస్తుందేమో అని చాలా సేపు అక్కడే కూర్చుని ఉంటారు.

ప్రజ్ఞ వెళ్ళి నీటితో తన మొహం కడుక్కుని వచ్చి "Pardhu! I am hungry. ఇప్పుడు ఏం చేద్దాం?".

పార్ధు, ప్రజ్ఞని నమ్మలేనట్టు చూస్తూ "నీకు ఈ టైమ్ లో కూడా ఆకలి వేస్తోందా? నా ఆకలి చచ్చిపోయింది".

ప్రజ్ఞ బుంగమూతి పెట్టుకుని పార్ధు పక్కనే టచ్ అవుతూ కూర్చుంటుంది.

పార్ధు దూరంగా జరిగి "దూరం".

ప్రజ్ఞ, పార్ధుని చికాకుగా చూసి మొహం తిప్పుకుంటుంది.

ఎండ బాగా ఎక్కువ అవుతుంది.

ప్రజ్ఞ: "పార్ధు! ఇది అడవిలా ఉంది. వెళ్ళి షేడ్ లో కూర్చుందామ?".

పార్ధు లేచి ఫ్రెష్ అయ్యి "పద! లోపలికి వెళ్ళి చూద్దాం".

ప్రజ్ఞ, పార్ధు వెనకాలే నడుస్తూ ఉంటుంది. ప్రజ్ఞ చెప్పులు సముద్రంలో కొట్టుకుని పోతాయి. పార్ధుకి మాత్రం షూస్ ఉంటాయి.

ప్రజ్ఞ: "ఆ.." అని అరుస్తుంది.

పార్ధు చూస్తే, ప్రజ్ఞ పాదంకి ముల్లు గుచ్చుకుని నెత్తురు వస్తు ఉంటుంది.

పార్ధు తీసి "నువ్వు ఇంత డెలికేట్ అయితే ఎలా?".

పార్ధు తన షూస్ తీసి వేసుకోమని ఇస్తాడు. కానీ, అవి చాలా పెద్ద సైజ్ ఉంటాయి.

ప్రజ్ఞ: "Too big for me".

పార్ధు: "అయినా వేసుకుని నడువు".

ప్రజ్ఞ వేసుకుంటుంది.

పార్ధు చుట్టు చూస్తే అక్కడక్కడ అరటి చెట్లు కనిపిస్తాయి.

పార్ధు: "Good. ఫుడ్ ప్రాబ్లెం లేదు".

ఇంతలో ఏదో అలికిడి వినిపిస్తుంది. ప్రజ్ఞ భయంగా పార్ధుని పట్టుకుంటుంది.

ప్రజ్ఞ భయంగా చూస్తూ "ఏంటా చప్పుడు?".

పార్థు క్యాజువల్ గా "ఆ.. ఏదో జంతువు అయి ఉంటుంది".

ప్రజ్ఞ, పార్థుని భయంగా చూస్తూ "ఏ జంతువు? పులి?".

పార్థు: "ఏమో నాకేం తెలుసు? పులి అయ్యుండొచ్చు!".

ప్రజ్ఞ బెంగగా చూస్తూ "ఏంటి? పులా? ఇప్పుడెలా? నన్ను తినేస్తే".

పార్థు వెటకారంగా "నిన్ను తినేస్తే ఒక పనై పోతుంది. నీ సతాయింపు ఉండదు".

ప్రజ్ఞ ఆగి కళ్ళ నీళ్ళ తో "నన్ను అది తింటూ ఉంటే నువ్వు చూస్తూ ఉంటావా?".

పార్థు: "చూస్తూ ఉండక, మరేం చెయ్యమంటావు?".

ప్రజ్ఞ కోపంగా "ఛీ! నువ్వు అసలు మగాడివేనా? ఒక అమ్మాయిని పులి తింటుంటే, నువ్వు ఏమి చెయ్యవా?".

పార్థు: "హలో! అది పులి. జేమ్స్ కాదు. ఏదో చెయ్యడానికి".

ప్రజ్ఞ వెక్కి, వెక్కి ఏడుస్తూ "ఇదంతా నీ వల్లే".

పార్థు: "మరీ బాగుంది. నేనేం చేశాను".

ప్రజ్ఞ బెంగగా "మనం షిప్ లోనే ఉండాల్సింది".

పార్థు: "అప్పుడు మనం ఇద్దరం పోయేవాళ్ళం".

ప్రజ్ఞ: "అదే బాగుండేది. ఇప్పుడు చూడు పులి వస్తే, నేనొక్కదాన్నే పోతాను. నీకేం నువ్వు చాలా ఫిట్. పులి నిన్నేమి చెయ్యలేదు. నువ్వు హ్యాపీ!".

పార్థు నడుస్తూ చిన్నగా తనలో తాను నవ్వుకుంటాడు.

ప్రజ్ఞ నెమ్మదిగా "పార్థు! పులి తింటుంటే, నొప్పిగా ఉంటుందా?".

పార్థు నడుస్తూ "ఏమో నాకేం తెలుసు. నాకు ఎప్పుడు ఆ ఎక్స్పెరియన్స్ కాలేదు".

ప్రజ్ఞ ఏడుస్తూ కింద కూర్చుంటూ "ఏం అడిగినా తెలియదంటావు".

పార్థు: "Oh...No" అనుకుని ఆగి వెనక్కి తిరిగి ప్రజ్ఞ భుజం పట్టుకుని లేపడానికి ట్రై చేస్తాడు. కానీ, ప్రజ్ఞ లేవదు.

పార్థు కిందగా కూర్చుని "ఇక్కడ పాములు కూడా ఉంటాయి".

ప్రజ్ఞ భయంగా లేస్తుంది. పార్థు వెకిలిగా నవ్వుతాడు.

ప్రజ్ఞ: "ఎందుకు నవ్వుతున్నావు? పాములు ఉండవు కదా?".

పార్థు కొద్దిగా వంగి, ప్రజ్ఞ కళ్ళలోకి చూస్తూ "ఉంటాయి. జాగ్రత్త!".

ప్రజ్ఞ ఏడుస్తూ అక్కడే నిల్చుని "నాకు ఈ అడవి నచ్చలేదు. మళ్ళీ బీచ్ కి వెళ్ళిపోదాం".

పార్థు వెనక్కి తిరిగి వచ్చి, ప్రజ్ఞ కళ్ళలోకి చూస్తూ "నీకేం కాకుండా నేను చూసుకుంటాను. నీ ప్రాణానికి నా ప్రాణం అడ్డు. సరేనా!".

ప్రజ్ఞ, పార్థుని చూస్తూ "నిజంగా!".

పార్థు: "ఉ...పద. కొంచెం నడిచి ముందేముందో చూద్దాం".

ప్రజ్ఞ, పార్థు చెయ్యి పట్టుకుంటుంది. పార్థు అది చూసి, ప్రజ్ఞ చెయ్యి ఇంకా గట్టిగా పట్టుకుంటాడు.

ప్రజ్ఞ మొహం వెలిగిపోతూ ఉంటుంది.

క్రిష్: "ఎండ ఎక్కువవుతోంది. లోపలికి వెళ్ళి చూద్దామా?".

ప్రణతి లేస్తుంది.

క్రిష్, ప్రణతి నడుస్తూ ఉంటారు.

ప్రణతి: "ఇక్కడ కొబ్బరి చెట్లు కూడా ఉన్నాయి".

చెట్ల మీద కోతులు కూర్చుని వీళ్ళని చూస్తూ ఉంటాయి.

ఇద్దరికీ కాళ్ళకి చెప్పులు ఉండవు. ఇద్దరు కంప్లయింట్ చెయ్యకుండా నడుస్తూ ఉంటారు.

క్రిష్: "నీకు ఆకలి వేస్తోందా?".

ప్రణతి: "ఆకలా! లేదు. నాకు షిప్ లో వాళ్ళకి ఏమైందో అని దిగులుగా ఉంది".

క్రిష్: "మనం దిగులు పడి చేసేది ఏమి లేదు. మనం తొందరగా ఇక్కడి నుంచి బయట పడాలి. లక్కీగా ఇక్కడ ఫ్రూట్ ట్రీస్ ఉన్నాయి".

క్రిష్ వెళ్ళి కొన్ని అరటి పండ్లు కోస్తాడు.

ప్రణతికి ఇస్తాడు. ప్రణతి తీసుకుంటుంది కానీ, తినదు.

క్రిష్ చూసి "తిను".

ప్రణతి: "ఆకలిగా లేదు".

క్రిష్ అరటి పండు వలిచి, ప్రణతికి ఇచ్చి "తిను!".

ప్రణతి తప్పదని తింటుంది.

పార్ధు, ప్రజ్ఞకి అరటి పండ్లు ఇస్తాడు.

పార్ధు: "ఇదే నీ ఫుడ్".

ప్రజ్ఞ తీసుకుంటుంది.

పార్ధు నడుస్తూ కొన్ని చిన్న, చిన్న కొమ్మలు, పక్షి ఈకలు కలెక్ట్ చేస్తాడు.

ఒక పెద్ద ఫ్లాట్ గా ఉన్న కొమ్మ దొరుకుతుంది. అక్కడ కొబ్బరి చెట్టు కింద ఉన్న ఎండు కొబ్బరిబోండం తీసుకుంటాడు.

ప్రజ్ఞ అయోమయంగా చూస్తూ "పార్ధు! ఎందుకు నీకు ఇవన్నీ?".

పార్ధు: "చెప్తాను".

పార్ధుకి కొస్సగా ఉన్న ఒక రాయి ముక్క దొరుకుతుంది.

పార్ధు కొమ్మలన్నీ ఆ రాయి ముక్కతో గీకి, నున్నగా చేస్తాడు. వాటి ఒక చివర కొస్సగా చేస్తాడు. మరొక చివర, కొమ్మలన్నీ మధ్యలో కొద్దిగా కోసి, ఈకలని దూరుస్తాడు.

పార్ధు: "మన బాణాలు రెడీ!".

ప్రజ్ఞ ఆచర్యంగా చూస్తుంది.

కొబ్బరి కాయ నుంచి పీచు తీసి, దానితో తాడు చేస్తాడు.

పెద్ద ఫ్లాట్ కొమ్మని, ఆ చిన్న రాయితో గీకి, కొమ్మని “C” షేప్ లో వంచుతాడు. దానికి కొబ్బరి తాడు కట్టి, ధనస్సు చేస్తాడు.

తను చేసిన బాణాలని, ధనస్సు నుంచి సంధిస్తూ చెక్ చేస్తాడు. అన్నీ వెళ్ళి అక్కడ మొక్కలకి గుచ్చు కుంటాయి.

పార్థు వెళ్ళి అన్నీ తీసుకుని వచ్చి “Perfect!”.

ప్రజ్ఞ కళ్ళు పెద్దవి చేసి చూసి “Wow!” అని ధనస్సుని ముట్టుకుంటుంది.

ప్రజ్ఞ: “నీకు ఇలా చెయ్యడం ఎలా తెలుసు?”.

పార్థు: “నేను ఆర్చెరీ క్లాసెస్ తీసుకున్నాను. దాంట్లో మాకు నేర్పించారు”.

ఇంతలో చీకటి పడుతూ ఉంటుంది.

పార్థు: “ప్రజ్ఞ! మనం ఇక్కడి నుంచి తొందరగా బయట పడాలి. మనం ఇంకా కొద్దిగా ముందుకు వెళ్ళి చూద్దాం!”.

ప్రజ్ఞ: “ముందు అంతా అడవే ఉంది”.

పార్థు ముందు నడుస్తూ ఉంటాడు. ప్రజ్ఞ, పార్థుని ఫాలో అవుతుంది.

దూరంలో పక్కగా నీరు కనిపిస్తుంది.

పార్థు: “Yes!”.

వాళ్ళకి అక్కడ ఒక ఒడ్డులా కనిపిస్తుంది. వాళ్ళిద్దరు అక్కడికి వెళతారు.

ప్రజ్ఞ, పార్థు చెయ్యి లాగుతూ ఆనందంగా పరిగెత్తి ఒడ్డు మీదకు వస్తుంది.

పార్థు: “ఆ..”.

ఇద్దరు ఒడ్డు మీదకు వస్తారు.

ప్రజ్ఞ: “ఏమైంది?”.

పార్థు పాదాలకి కొన్ని ముల్లులు గుచ్చుకొని ఉంటాయి.

ఇద్దరు ఇసుక మీద కూర్చుంటారు. ప్రజ్ఞ అన్నీ తీస్తుంది.

ప్రజ్ఞ కళ్ళ నీళ్ళతో "ఇదంతా నా గురించే, నీ షూస్ నువ్వే వేసుకో" అని తీసి ఇస్తుంది.

పార్ధు వెటకారంగా "అవును లే! ఇక్కడ బీచ్ మీద నీకు ఇంక వీటి అవసరం లేదుగా?".

ప్రజ్ఞ, పార్ధుని చూసి పార్ధు బుగ్గ మీద కిస్ చేసి దూరంగా వెళ్ళిపోతుంది.

పార్ధు షాక్ అయ్యి, ప్రజ్ఞనే చూస్తూ ఉంటాడు.

బాగా చీకటి పడుతుంది. పార్ధు, ప్రజ్ఞ దగ్గరగా వచ్చి కూర్చుంటాడు.

వాళ్ళిద్దరి మధ్య మాటలు ఉండవు.

క్రిష్, ప్రణతి అడవిలో నడుస్తూ ఉంటారు. కొద్ది దూరంలో పక్కగా ఒక చిన్న ఒడ్డులా కనిపిస్తుంది.

అడవిలో చీకటి పడుతూ ఉంటుంది. వాళ్ళు అడవి నుంచి బయట పడి, అక్కడ ఒడ్డు మీద కూర్చుంటారు.

సూర్యాస్తమయం అవుతూ ఉంటుంది. ఇద్దరు కూర్చుని చూస్తారు.

ప్రణతి: "ఎంత అందంగా ఉంది కదా?".

క్రిష్: "అవును".

క్రిష్ తన ఫ్లూట్ తీసి ప్లే చేస్తాడు. ప్రణతి లేచి తనకు తెలియకుండానే డాన్స్ చేస్తూ ఉంటుంది.

క్రిష్ ఫ్లూట్ ప్లే చెయ్యడం ఆపేస్తాడు. ప్రణతి కూడా డాన్స్ ఆపేస్తుంది.

వెన్నెల కాంతిలో వాళ్ళ మొహాలు కొద్దిగా కనిపిస్తూ ఉంటాయి. ఇద్దరు ఒకరినొకరు దూరంగా చూసుకుంటారు.

ప్రణతి, క్రిష్ కి కొద్దిగా దూరంగా కూర్చుంటుంది.

కొన్ని నిమిషాల నిశ్శబ్దం ..

క్రిష్: "నేనడిగిన దానికి సమాధానం చెప్పలేదు".

ప్రణతి: "దేని గురించి?".

క్రిష్: "నువ్వు ఎందుకు నీళ్ళలోకి దూకావు?".

ప్రణతి ఏమి మాట్లాడదు.

కొన్ని సెకనుల నిశబ్దం ...

క్రిష్: "నీకు రాధ, కృష్ణుల లవ్ స్టోరి తెలుసా?".

ప్రణతి: "మీకు ప్రేమ మీద నమ్మకం లేదన్నారు?".

క్రిష్ చిన్నగా నవ్వి "నిజమైన ప్రేమలో అగ్రిమెంట్స్, ఎక్స్పెక్టేషన్స్ ఉండకూడదు. రాధ, కృష్ణుల ప్రేమలాగ! ఈ కాలంలో ఎవరిది నిజమైన ప్రేమ కాదు. అది జస్ట్ ఆకర్షణ మాత్రమే. దానినే ప్రేమ అనుకుంటున్నారు. అందుకే నాకు ప్రేమ అన్న పదం మీద నమ్మకం లేదు".

ప్రణతి: "మరి, భార్య, భర్తల మధ్య కూడా ప్రేమ ఉండదా?".

క్రిష్: "నాకు తెలిసి ఉండదు. పెళ్ళి అనేది కాంప్రమైజ్. పెళ్ళి అయ్యాక ఆకర్షణ కూడా తగ్గిపోతుంది".

ప్రణతి: "మరి, మీకు నా మీద ఉన్నది?".

క్రిష్: "అది ఆకర్షణ మాత్రమే!".

ప్రణతి చిన్నగా నవ్వి "నిజమే! మీకు నాతో కలిసి చచ్చిపోయేంత ఆకర్షణ ఉంది".

క్రిష్, ప్రణతిని అయోమయంగా చూస్తాడు.

ప్రణతి, క్రిష్ ని చూసి చిన్నగా నవ్వి పడుకుంటుంది.

Chapter 10

ఉదయం అవుతుంది.

పార్థు లేచి చూస్తే, తనకి ప్రజ్ఞ కనిపించదు.

పార్థు కంగారుగా అడవిలోకి వెళ్ళి వెదుకుతూ ఉంటాడు. కొంచెం సేపటి తరవాత తిరిగి వస్తే, ప్రజ్ఞ నీటిలో ఆడుకుంటూ కనిపిస్తుంది.

పార్థుని చూసి నవ్వుతు దగ్గరకు వస్తుంది.

పార్థు కోపంగా "ఎక్కడికి వెళ్ళావు?".

ప్రజ్ఞ మొహం ముడుచుకుని కిందకు చూస్తుంది.

పార్థు కోపంగా "నిన్నే అడుగుతోంది?".

ప్రజ్ఞ: "నేను ఎక్కడికి వెళ్ళిన నీకు చెప్పి వెళ్ళాల?".

పార్థు: "అవును. నాకు చెప్పాలి. నేను ఎంత భయపడ్డానో తెలుసా?".

ప్రజ్ఞ: "ఫ్రెష్ అవడానికి వెళ్ళాను. అది కూడా నీకు చెప్పాలా?".

పార్థు: "ఎక్కడికి వెళ్ళినా నాకు చెప్పాలి. ఇక్కడ ఏమైనా animals ఉండొచ్చు".

పార్థు: "పద వెళ్దాం".

ప్రజ్ఞ: "ఎక్కడికి?".

పార్థు: "మళ్ళీ అడవిలోకి. ఫుడ్ కావాలి కదా!".

ప్రజ్ఞ: "మనం ఇక్కడే కూర్చుని షిప్స్ కోసం చూద్దాం. నాకు నా పేరెంట్స్ గుర్తుకి వస్తున్నారు. I want to go home".

పార్థు, ప్రజ్ఞ చాలా సేపు కూర్చుని షిప్స్ కోసం చూస్తారు, కానీ ఏమి రావు.

ప్రజ్ఞ నెమ్మదిగా "పార్థు! ..".

పార్థు సముద్రాన్ని చూస్తూ "ఏంటి?".

ప్రజ్ఞ: "నిన్న.. కిస్..".

పార్థు, ప్రజ్ఞని ఒక సారి చూసి, మళ్ళీ సముద్రం వంక చూస్తూ "ఏదో మూమెంట్ లో అయిపోయింది. నేను క్రిష్ సర్ కి చెప్పను. నువ్వు వర్రీ కాకు" అని లేస్తాడు.

ప్రజ్ఞ: "లేదు. I really....".

పార్థు, తన ధనస్సు, బాణాలు తీసుకుని, ప్రజ్ఞ చెప్పేది వినకుండా "పద వెళ్దాం" అని వెళ్ళిపోతాడు.

ప్రజ్ఞ, పార్థుని ఫాలో అవుతుంది.

క్రిష్ మొహం మీద ఎండ పడుతుంది.

క్రిష్ లేస్తాడు. ప్రణతి దూరంగా కూర్చుని సముద్రాన్ని చూస్తూ ఉంటుంది.

ప్రణతి: "Good Morning sir".

క్రిష్ చిన్నగా నవ్వి, వాటర్ లో కొంచెం సేపు ఫ్రెష్ అయ్యి వస్తాడు.

క్రిష్ వచ్చి ప్రణతి పక్కగా ఎండలో కూర్చుంటాడు.

ప్రణతి: "ఒక్క బోట్ కూడా రాలేదు. సర్! మనం ఇక్కడి నుంచి ఎలా బయట పడేది?".

క్రిష్: "ప్రణతి. నన్ను క్రిష్ అని పిలువు. నేను కూడా నీ లానే సర్వైవల్. ఇప్పుడు నేను నీ సర్ ని కాదు".

ప్రణతి: "నేను మిమ్మల్ని కృష్ణ అని పిలుస్తాను".

క్రిష్ ఆచర్యంగా చూస్తూ "నా అసలు పేరు కృష్ణనే! చాలా ఓల్డ్ ఫ్యాషన్ అని, క్రిష్ కి మార్చుకున్నాను".

ప్రణతి ప్రశాంతంగా చూస్తూ "నాకు తెలుసు!".

క్రిష్ అయోమయంగా "నీకు ఎలా తెలుసు?".

ప్రణతి లేస్తూ "మనం వెళ్ళి ఫ్రూట్స్ తెచ్చుకుందాం".

క్రిష్, ప్రణతి అడవిలోకి వెళతారు.

పార్థు, ప్రజ్ఞ అడవిలో నడుస్తూ ఉంటారు.

ప్రజ్ఞ: “పార్థు! నీకు గర్ల్ ఫ్రెండ్ ఉందా?”.

పార్థు: “ఉంది”.

ప్రజ్ఞ షాక్ అయ్యి “ఉందా? ఎవరు?”.

పార్థు నవ్వి ఊరుకుంటాడు.

ప్రజ్ఞ ఆత్రంగా “ఎవరు?”.

పార్థు: “నీకు తెలియదు”.

ప్రజ్ఞ మనసులో “అందుకేనా, నా మీద నీకు ఇంటరెస్ట్ లేదు”.

పార్థు: “మరి నీకు?”.

ప్రజ్ఞ: “ఉన్నాడు”.

పార్థు: “ఎవరు? ఓ.. క్రిష్ సర్ కదా?”.

ప్రజ్ఞ: “కాదు... నువ్వే”.

పార్థు నడిచేవాడు ఆగుతాడు.

పార్థు, ప్రజ్ఞని చూడకుండా “ఏంటి జోకా?”.

ప్రజ్ఞ ఆగి “లేదు. I am serious”.

పార్థు, ప్రజ్ఞని చూస్తాడు.

పార్థు: “మరి క్రిష్ సర్?”.

ప్రజ్ఞ: “క్రిష్, నేను ఇంకా ఎంగేజ్డ్ కాదు. నా పప్పా ఫోర్స్ చేస్తే తప్పదని తనతో ట్రావెల్ చేస్తున్నాను”.

పార్థు: “ఓ.. కానీ, నువ్వు నన్ను చూసి ప్రేమలో పడ్డావు. అంతేనా?”.

ప్రజ్ఞ: “ఉ..”.

పార్థు: “సారీ. నాకు ఆల్రెడీ గర్ల్ ఫ్రెండ్ ఉంది”.

ప్రజ్ఞ: "నువ్వు అబద్ధం చెపుతున్నావని నాకు తెలుసు".

పార్ధు ఏమి మాట్లాడకుండా నడుస్తూ ఉంటాడు.

ప్రజ్ఞ: "Pardhu! I like you a lot".

పార్ధు: "మ్.... అంతేనా?".

ప్రజ్ఞ: "నువ్వు లేకుండా నేను ఉండలేను. I love you".

పార్ధు: "మ్.... అంతేనా?".

ప్రజ్ఞ: "మనం ఇక్కడి నుంచి బయట పడ్డాక, పెళ్ళి చేసుకుందాం".

పార్ధు సైలెంట్ గా నడుస్తూ ఉంటాడు.

ప్రజ్ఞ: "ఏంటి ఏం మాట్లాడవు?".

పార్ధు ఆగి "ప్రజ్ఞ! నీకు, నాకు అస్సలు సెట్ కాదు. నువ్వు హై క్లాస్, నేను లో క్లాస్".

ప్రజ్ఞ: "నువ్వు దాని గురించి వర్రీ కాకు. నా పేరెంట్స్ కి నేను ఎంత చెపితే అంత. వాళ్ళు ఒప్పుకుంటారు".

పార్ధు మళ్ళీ నడుస్తూ "మీ పేరెంట్స్ ఒప్పుకున్నా, నేను అడ్జస్ట్ కాలేను. నాకు నీ మనీ అవసరం లేదు. నాకు చాలా ఈగో ఎక్కువ".

ప్రజ్ఞ కూడా నడుస్తూ "నో ప్రాబ్లెం. నాకు నా మనీ వద్దు. నువ్వే కావాలి".

పార్ధు: "ముందు బానే ఉంటుంది. తరవాత, నువ్వే అడ్జస్ట్ కాలేవు. ఎంత మందిని చూడలేదు".

ప్రజ్ఞ: "పార్ధు! I promise. నేను అడ్జస్ట్ అవుతాను".

పార్ధు: "మ్...ఒకే. దాన్ని వదిలై. నేను టాల్, నువ్వు షార్ట్. మనది పర్ఫెక్ట్ కాదు".

ప్రజ్ఞ అర్ధంకానీ మొహం పెట్టుకుని "ఎందుకు కాదు?".

పార్ధు ఆగి, వెనక్కి తిరిగి "నేను చెప్పాను కదా. నాకు చాలా ఈగో ఎక్కువ. నీకు ముద్దు పెట్టాలంటే, నేను చాలా బెన్డ్ కావాలి. నేను ఎవరికి వంగను".

ప్రజ్ఞ రిలీఫ్డ్ గా "ఓ.. అదా! నేను చిన్న స్టూల్ వేసుకుంటాను".

పార్థు సిల్లీగా నవ్వి "నాకు నీకు ముద్దు పెట్టె మూడ్ ఎప్పుడు వస్తుందో తెలియదు. నువ్వు ఎప్పుడు ఒక స్టూల్ పట్టుకుని తిరుగుతావ?" అని ఆగి, ప్రజ్ఞని ఇంటెన్స్ గా చూస్తూ "ఇప్పుడు నాకు నీకు ముద్దు పెట్టె మూడ్ ఉంది, కానీ ఎలా? ఇక్కడ స్టూల్ లేదే!".

ప్రజ్ఞ గారంగా "నువ్వు, నన్ను ఎత్తుకుని ముద్దు పెట్టొచ్చు కదా?".

పార్థు, ప్రజ్ఞని పైనుంచి కింద వరకు చూస్తూ "నువ్వు స్లిమ్ గానే ఉన్నాను. ఇప్పటికీ పరవాలేదు. కానీ, నీకు తిండి మీద ఉన్న ఇంటరెస్ట్ చూస్తే, ఫ్యూచర్ లో నా పరిస్థితి ఏంటి?" అని నడుస్తూ ఉంటాడు.

ప్రజ్ఞ వెంట నడుస్తూ "ఓ.. అదా! నేను అస్సలు లావు కాను. మా పేరెంట్స్ ఇద్దరు స్లిమ్ గానే ఉంటారు. నాకు హై మెటబాలిజం. నేను వెయిట్ గేన్ చెయ్యను. నువ్వు వర్రీ కాకు".

పార్థు వెనక్కి తిరిగి "అది కాదు ప్రజ్ఞ..."అని కళ్ళు పెద్దవి చేస్తాడు.

ప్రజ్ఞ చెట్టు కొమ్మ కింద ఆగి ఉంటుంది. ఒక కొండచిలువ కొమ్మ మీద నుంచి, ప్రజ్ఞ మీదకు వస్తు ఉంటుంది.

పార్థు, దానికి గురిపెట్టి, ధనస్సు నుంచి బాణాన్ని వదులుతాడు.

పార్థు ఏం చేస్తున్నాడని ప్రజ్ఞ కళ్ళు పెద్దవి చేస్తుంది.

బాణం, ఆ కొండచిలువకి గుచ్చుకుంటుంది. పార్థు మళ్ళీ, ఇంకో బాణం సంధిస్తాడు. ఆ కొండచిలువ చచ్చిపోతుంది.

ప్రజ్ఞ పైన చూస్తే కొండచిలువ నుంచి రక్తపు చుక్క తన మీద పడబోతుంది.

ప్రజ్ఞ: "ఆ..." అని పెద్దగా అరచి, పార్థుని హగ్ చేస్తుంది.

పార్థు: "It's Ok" అని ప్రజ్ఞని వదిలి వెళ్ళి కొండచిలువ శరీరంలో దిగిన బాణాలని తీసి, బాణాలకు ఉన్న రక్తాన్ని అక్కడ ఆకులతో తుడుస్తాడు.

ప్రజ్ఞ షేక్ అవుతూ ఉంటుంది.

పార్థు, ప్రజ్ఞని హగ్ చేస్తూ "ఏ ప్రజ్ఞ! Calm down. నీకేం కాలేదు".

ప్రజ్ఞ తేరుకుని బెంగగా "పార్థు! ఇక్కడ నుంచి వెళ్ళిపోదాం".

పార్థు: "కొంచెం దూరంలో ఇంకో బీచ్ ఉండొచ్చు. పద వెళ్దాం".

ప్రజ్ఞ: "నేను నడవను. కింద పాములుంటే? నన్ను ఎత్తుకో".

పార్థు: "ఏమి ఉండవు. నడువు".

ప్రజ్ఞ ఏడుస్తూ "లేదు. ఇక్కడ కోబ్రాస్ ఉంటాయి. నాకు తెలుసు. నన్ను ఎత్తుకో".

పార్థు: "ఏంటి? నిన్ను ఎత్తుకోవాల?".

ప్రజ్ఞ: "ఉ.. మా పేరెంట్స్ కి నేను ఓన్లీ చైల్డ్. నాకేమైన అయితే?".

పార్థు, ప్రజ్ఞని ఇమిటేట్ చేస్తూ "ఆహా.. నేను నా పేరెంట్స్ కి ఓన్లీ చైల్డ్. నిన్ను మోసినందుకు నా నడుం విరిగితే".

ప్రజ్ఞ బుంగమూతి పెట్టి "ఎందుకు ఎప్పుడు నన్ను చిన్న పిల్లలా టీజ్ చేస్తూ ఉంటావు?".

పార్థు: "నువ్వు ఇలా చైల్డిష్ గా బిహేవ్ చేస్తే, టీజ్ చెయ్యార? క్రిష్ సర్ నీతో ఎలా వేగుతాడో ఏంటో! I pity him".

ప్రజ్ఞ కళ్ళలో నుంచి నీళ్ళు వస్తు ఉంటాయి. నడవకుండా అక్కడే నిల్చుంటుంది.

పార్థు వెనక్కి వచ్చి "మళ్ళీ ఏడుపా?".

ప్రజ్ఞ వెనక్కి తిరిగి వెళ్తూ ఉంటుంది.

పార్థు: "ప్రజ్ఞ ఆగు".

ప్రజ్ఞ ఏమి పట్టించుకోకుండా పార్థు నుంచి దూరంగా వెళ్ళిపోతూ ఉంటుంది.

పార్థు ఫాస్ట్ గా వెళ్ళి, ప్రజ్ఞ చెయ్యి పట్టుకుని చికాకుగా "ఆగమన్నాన!".

ప్రజ్ఞ, పార్థు చెయ్యి తీసేస్తూ "నాకు నువ్వు అవసరం లేదు. నువ్వెవరో, నేనెవరో. నా దారి నేను చూసుకుంటాను".

పార్థు కోపంగా "ఏంటి! నీ దారి నువ్వు చూసుకుంటావా? సరే పో. I don't care!".

ప్రజ్ఞ ఏడుస్తూ వెళ్ళిపోతుంది.

పార్థు వెనక్కి తిరిగి నడుస్తూ ఉంటాడు.

పార్థు కోపంగా మనసులో "తన దారి తను చూసుకుంటుందంటా! ఏంటో బెదిరిస్తోంది".

పార్థు ఆగి "అ... " అని అరచి, వెనక్కి తిరిగి చూస్తే ప్రజ్ఞ కనిపించదు.

పార్థు కంగారుగా పరిగెత్తుతు తిరిగి వస్తాడు.

ప్రజ్ఞ ఒక చెట్టు కింద కూర్చుని ఏడుస్తూ ఉంటుంది.

ప్రజ్ఞ, పార్థుని చూసి "ఎందుకు వచ్చావు మళ్ళీ?".

పార్థు తల అడ్డంగా తిప్పుతూ "నువ్వు బా గారాభంగా పెరిగావే! అందుకే, నేను నిన్ను భరించలేను. సరే ఉప్పు ఎక్కు".

ప్రజ్ఞ బెట్టుగా "ఏం అవసరం లేదు".

పార్థు, ప్రజ్ఞ భుజం పట్టుకుని పైకి లేపుతాడు.

పార్థు నీల్ డౌన్ చేసి "ఎక్కు".

ప్రజ్ఞ చిన్నగా నవ్వి, పార్థు బుగ్గ మీద కిస్ చేసి ఉప్పు ఎక్కుతుంది.

పార్థు నెమ్మదిగా "ఛాన్స్ దొరికితే ముద్దు పెట్టేస్తుంది".

ప్రజ్ఞ: "ఏంటి?".

పార్థు: "ఏం లేదులే. గట్టిగా పట్టుకో".

ప్రజ్ఞ, పార్థు చెవిలో "చూశావా? నేను షార్ట్ గా ఉంటే, ఎంత అడ్వాన్టేజో!".

పార్థు: "ఎవరికి? నిన్ను మొయ్యలేక నేను చస్తున్నాను".

కొంచెం సేపటి తర్వాత.. పార్థు తనలో తాను నవ్వుతు ఉంటాడు.

ప్రజ్ఞ అనుమానంగా "ఎందుకు నవ్వుతున్నావు?".

పార్ధు: "ఏం లేదు".

ప్రజ్ఞ: "ఏంటో చెపితే, నేను కూడా నవ్వుతాను కదా!".

పార్ధు: "నేనన్నది కరెక్ట్! నువ్వు ఇంకా చిన్న పిల్లవే!".

ప్రజ్ఞ అర్ధంకాని మొహంతో "అంటే!".

పార్ధు చిన్నగా నవ్వుతు ఉంటాడు.

ప్రజ్ఞ కళ్ళు పెద్దవి చేసి "Ah ....you! నన్ను దింపు".

ప్రజ్ఞ దిగుతుంది.

పార్ధు: "ఏమైంది?".

ప్రజ్ఞ కోపంగా "నీకు ఒక ఆడ పిల్లతో ఎలా మాట్లాడాలో తెలియదా? నీకు గర్ల్స్ గురించి అసలు ఏం తెలుసు?".

పార్ధు: "నువ్వు ఆడపిల్లవా? Let me think" అని తన లిప్స్ మీద ఫింగర్ తో టాప్ చేస్తూ ఏదో ఆలోచిస్తున్నట్టు యాక్ట్ చేస్తాడు.

ప్రజ్ఞ ఏడుస్తూ "I hate you!" అని పరిగెడుతూ ఉంటుంది.

పార్ధు వెనకాలే ఫాస్ట్ గా నడుస్తూ "ప్రజ్ఞ!".

ప్రజ్ఞ ఒక్కసారిగా ఆగుతుంది. ఎదురుగా ఒక చిరుత పులి ఉంటుంది.

పార్ధు వచ్చి, బాణం దాని మీదకు ఎక్కు పెడతాడు.

అది వీళ్ళని చూసి పారిపోతుంది.

ప్రజ్ఞ షాక్ అయ్యి అలానే నిలబడిపోతుంది.

పార్ధు, ప్రజ్ఞ భుజం పట్టుకుని ఊపుతూ "ప్రజ్ఞ! ప్రజ్ఞ!".

ప్రజ్ఞ తేరుకుని, పార్ధుని చూస్తుంది. కళ్ళ నుంచి నీళ్ళు వస్తు ఉంటాయి.

పార్ధు గిల్టీగా "హే! నేను ఊరికే ఏడిపి.. ".

ప్రజ్ఞ, పార్ధు చెయ్యి తీసేసి వెళ్ళిపోతుంది.

ఇద్దరి మధ్య మాటలు ఉండవు. పార్ధు చాలా కొబ్బరి బొండాలు, అరటి పండ్లు తీసుకుంటాడు. వాళ్ళకి ఒక చిన్న ఒడ్డు కనిపిస్తుంది.

ప్రజ్ఞ అటువైపుగా వెళ్తుంది. పార్థు, అన్నీ పట్టుకుని ప్రజ్ఞని ఫాలో అవుతాడు.

క్రిష్, ప్రణతి అడవిలో నడుస్తూ ఉంటారు.

వాళ్ళు కొబ్బరి బొండాలను కొట్టి నీరు తాగుతారు. కొన్ని అరటి పండ్లు తీసుకుంటారు.

క్రిష్ ఫ్లూట్ ప్లే చేస్తూ నడుస్తూ ఉంటాడు. పైన కోతులు వీళ్ళని చూస్తూ ఉంటాయి.

క్రిష్ ఫ్లూట్ వాయిస్తూ ఉంటే, ప్రణతి అరటి పండ్లు పట్టుకుని పాట పడుతూ ఉంటుంది. వీళ్ళ వెనకాల కోతుల గుంపు డాన్స్ చేస్తూ వస్తు ఉంటుంది.

క్రిష్, ప్రణతి ఎదురుగా ఒక కోబ్రా కనిపిస్తుంది.

క్రిష్ దానిని పట్టించుకోకుండా అలానే నిల్చుని ఫ్లూట్ ప్లే చేస్తూ ఉంటాడు. అది కొంచెం సేపు ఊగి వెళ్ళిపోతుంది.

ప్రణతి కూడా మ్యూజిక్ ఎంజాయ్ చేస్తూ, పాడుతూ, డాన్స్ చేస్తూ ఉంటుంది. ఎదురుగా ఒక చిరుత పులి వచ్చి, వీళ్ళనందరి డాన్స్ చూసి, అది కూడా వయ్యారంగా తోక ఊపుతూ పక్క నుంచి వెళ్ళిపోతుంది.

కొంచెం సేపటి తరవాత, క్రిష్ ఫ్లూట్ ప్లే చెయ్యడం ఆపేస్తాడు.

ప్రణతి చిన్న, చిన్న ఎండు కర్రలు ఎరుతూ ఉంటుంది. ఒక చిన్న బొత్తి చేసి, ఒక పెద్ద కొబ్బరి ఆకులో కడుతుంది.

క్రిష్: “ఇవన్నీ ఎందుకు?”.

ప్రణతి: “రాత్రి బాగా చీకటిగా ఉంటుంది. మంట వెయ్యడానికి. ఒక మ్యాచ్ బాక్స్ దొరికితే బాగుంటుంది. లేకపోతే మనమే ఎలానో నిప్పు చెయ్యాలి”.

క్రిష్ తన పక్కనే ఉన్న కోతి వంక చూస్తాడు.

కోతి వెళ్ళి ఒక మ్యాచ్ బాక్స్ తీసుకుని వచ్చి ప్రణతికి ఇస్తుంది.

ప్రణతి ఆచర్యంగా క్రిష్ వంక చూస్తుంది.

క్రిష్ కళ్ళలోనే నవ్వి మళ్ళీ ఫ్లూట్ ప్లే చేస్తాడు.

ప్రణతి నెత్తి మీద కట్టెల మోపు పెట్టుకుని, ఒక చేతిలో అరటి గెల పట్టుకుని వయ్యారంగా నడుస్తూ ఉంటుంది. క్రిష్ వెనక్కి తిరిగి, ప్రణతిని చూస్తూ ఫ్లూట్ ప్లే చేస్తూ ఉంటాడు.

క్రిష్ ప్లే చెయ్యడం ఆపి "నువ్వు అచ్చు రాధలా ఉన్నావు".

ప్రణతి: "నేను రాధనే కదా!".

క్రిష్ చిన్నగా నవ్వుతాడు.

క్రిష్: "అదిగో అక్కడ మళ్ళీ ఒడ్డు కనిపిస్తోంది. ఈ రాత్రి అక్కడ ఉందాం!".

ఇద్దరు అక్కడికి వెళతారు.

పార్థు, ప్రజ్ఞ బీచ్ మీద కూర్చుని ఉంటారు.

పార్థు రెండు కర్రలతో నిప్పు పుట్టిస్తాడు. అక్కడ కొన్ని ఎండు కర్రలతో పెద్ద మంట వేస్తాడు.

ప్రజ్ఞ చాలా దిగులుగా దూరంగా కూర్చుని ఉంటుంది.

పార్థు, కొబ్బరి బొండంని కొట్టి ప్రజ్ఞ దగ్గరకు వెళ్ళి ఇస్తాడు.

పార్థు: "తాగు. మార్నింగ్ నుంచి నువ్వు ఏమి తాగలేదు. డిహైడ్రేట్ అవుతావు".

ప్రజ్ఞ ఒడిలో తల పెట్టుకుని ఏడుస్తూ ఉంటుంది.

పార్థు ప్రజ్ఞ పక్కనే కూర్చుంటాడు.

ప్రజ్ఞ విసురుగా లేచి వెళ్ళి మంట దగ్గర కూర్చుంటుంది.

పార్థు బొండం తీసుకుని ప్రజ్ఞ దగ్గరకు వెళతాడు .

పార్థు, ప్రజ్ఞ పక్కగా కూర్చుని, బొండం ఇస్తూ "తాగు".

ప్రజ్ఞ లేచి వెళ్ళబోతే, కిందకు లాగుతాడు.

బొండం చేతిలో పెట్టి "నా మీద కోపంతో నీ హెల్త్ పాడు చేసుకోకు. నువ్వు ఇక్కడే కూర్చో. నేనే వెళ్తాను" వెళ్ళిపోతాడు.

ప్రజ్ఞ నీళ్ళు తాగుతుంది.

ప్రణతి పెద్ద మంట వేస్తుంది.

ఇద్దరు మంట ఎదురుగా కూర్చుని, సముద్రాన్ని చూస్తూ ఉంటారు.

ప్రణతి తన మోకాలి మీద గడ్డం పెట్టి "ఇక్కడ ఎంత బాగుందో కదా?".

క్రిష్ సముద్రాన్ని చూస్తూ "అవును. ఏమి బాధ్యతలు లేవు. బిజినెస్ లేదు. ఫ్రెండ్స్, పేరెంట్స్ ఎవ్వరూ లేరు. నువ్వు, నేను, నేచర్!".

ప్రణతి, క్రిష్ ని చూస్తూ "కృష్ణుడికి చాలా మంది లవర్స్, వైఫ్స్ ఉన్నారు కదా! మరి అంత మందిని ఎలా ప్రేమించగలిగాడో?".

క్రిష్: "కృష్ణుడుని అందరు ప్రేమించారు. కానీ, కృష్ణుడి ప్రేమించింది ఒక్క రాధనే. తన మనసులో ఉంది రాధ మాత్రమే! అందుకే, తనకి అంత మంది వైఫ్స్ ఉన్నా, 'రాధేశ్యామ్' లా మాత్రమే ఫేమస్ అయ్యాడు".

ప్రణతి: "మరి అంతలా ప్రేమించుకున్న వాళ్ళు ఎందుకు పెళ్ళి చేసుకోలేదు?".

క్రిష్: "కృష్ణుడు జన్మ పరమార్థం రాధకు తెలుసు. తన ప్రేమ, కృష్ణావతారానికి అడ్డు రాకూడదని, రాధనే కృష్ణుడిని పెళ్ళి చేసుకోవడానికి ఒప్పుకోలేదు. అదే నిజమైన త్యాగం అంటే. కృష్ణుడు, రాధకు శారీరకంగా దూరంగా ఉన్నా, తన మనసు ఎప్పుడు రాధతోనే ఉండేది. అదే నిజమైన ప్రేమ అంటే!".

ప్రణతి: "మ్...ఒక వేళ, రాధ, కృష్ణులు పెళ్ళి చేసుకుని ఉంటే ఏమైయ్యేది?".

క్రిష్ ఏదో ఆలోచిస్తూ "కృష్ణుడుకి వేరే భార్యలు ఉండే వారు కారు. అప్పుడు, కృష్ణుడు మళ్ళీ రాముడు అయ్యేవాడు. కృష్ణావతారానికి అర్థం ఉండేది కాదు".

ప్రణతి: "అలాగని మీకు ఎవరు చెప్పారు?".

క్రిష్: "ఎవరు చెప్పలేదు. నేను అనుకోకుండా, రాధ కృష్ణుల స్టోరీ చదివాను... ఏమో! నాకు అలా అనిపించింది".

ఇద్దరు కొంచెం సేపు మౌనంగా ఉంటారు.

క్రిష్, ప్రణతి వంక చూసి ఫ్లూట్ ప్లే చేస్తాడు. ప్రణతి లేచి డాన్స్ చేస్తూ ఉంటుంది.

కొంచెం సేపటి తరవాత, పార్ధు అరటి పండు తెచ్చి ప్రజ్ఞకి ఇస్తాడు.

ప్రజ్ఞ వద్దని తల అడ్డంగా తిప్పుతుంది.

పార్ధు: "ఇంకా ఎంత సేపు నీ అలక?".

ప్రజ్ఞ ఒడిలో తల పెట్టుకుని, వెక్కి, వెక్కి ఏడుస్తూ ఉంటుంది.

పార్ధు పక్కనే కూర్చుని, నెమ్మదిగా "I am very sorry Pragnya! I did not really mean it. నిన్ను జస్ట్ టీజ్ చేశాను".

ప్రజ్ఞ, పార్ధుని ఏడుస్తూ చూస్తూ "Tease? You are very mean. గర్ల్స్ చాలా సెన్సిటివ్ ఉంటారు. అయినా! నువ్వెవరు నన్ను టీజ్ చెయ్యడానికి? నేను నీ వెంట ఎంత పడుతున్న, నువ్వు చూడు ఎంత కోల్డ్ గా ఉన్నావో! అసలు, నీ మనసులో నా గురించి ఏమనుకుంటున్నావో నాకు తెలియదు. అలాంటప్పుడు, నువ్వు, నన్ను ఇలా కామెంట్ చేస్తే, నేనేమనుకోవాలి?".

వెంటనే పార్ధు, ప్రజ్ఞని కిస్ చేస్తాడు.

ప్రజ్ఞ, పార్ధుని ఆచర్యంగా చూస్తుంది.

పార్ధు, ప్రజ్ఞ బుగ్గని టచ్ చేస్తూ "I love you".

ప్రజ్ఞ కళ్ళ నుంచి నీరు కారుతుంది. పార్ధు, ప్రజ్ఞ మొహం పట్టుకుని, మళ్ళీ కిస్ చేస్తాడు. ఇద్దరు ఒకరి కళ్ళలోకి ఒకరు చూస్తారు.

ప్రజ్ఞ, పార్ధు షర్ట్ ని రెండు చేతులతో పట్టుకుని, తన వైపుకు లాగుతుంది.

పార్ధు, ప్రజ్ఞ కళ్ళలోకి చూస్తూ షర్ట్ తీసేస్తాడు.

ప్రజ్ఞ, పార్థుని చూస్తూ బీచ్ మీద పడుకుంటుంది. పార్థు, ప్రజ్ఞని చూస్తూ, తన మీద వాలిపోతాడు.

క్రిష్ బీచ్ మీద కూర్చుని ఫ్లూట్ ప్లే చేస్తూ ఉంటాడు.

ప్రణతి డాన్స్ చేస్తూ ఉంటుంది.

క్రిష్ ఫ్లూట్ ప్లే చెయ్యడం ఆపేసి, ప్రణతిని చూస్తాడు. ప్రణతి డాన్స్ ఆపి, క్రిష్ ని చూస్తుంది.

క్రిష్ లేచి వేగంగా వెళ్ళి, ప్రణతి పెదవుల మీద ముద్దు పెట్టి, ప్రణతి కళ్ళలోకి చూస్తాడు.

ప్రణతి: "కృష్ణ! మీరు ఇప్పుడు ఏం చేశారు?".

క్రిష్, ప్రణతిని హగ్ చేస్తూ "ఫస్ట్ టైమ్ నేను ఒక అమ్మాయికి ముద్దు పెట్టాను. నువ్వు నా ప్రణతివి! నువ్వే నా ప్రేమవి. I love you".

ప్రణతి కళ్ళ నీళ్ళతో క్రిష్ ని చూస్తుంది.

ఇద్దరు బీచ్ మీద కూర్చుంటారు.

ప్రణతి తన తల క్రిష్ భుజంకి ఆనించి కూర్చుని ఉంటుంది.

క్రిష్: "ప్రణతి! నేను నిన్ను పెళ్ళి చేసుకుంటాను".

ప్రణతి, క్రిష్ ని చూసి "వద్దు కృష్ణ! మీకు, నాకు చాలా తేడా ఉంది. మీ పేరెంట్స్ ఒప్పుకోరు. మీరు మీ పేరెంట్స్ చెప్పిన అమ్మాయిని పెళ్ళి చేసుకోండి. నాకు పెళ్ళి చేసుకునే ఉద్దేశ్యం లేదు. నేను ఇలానే మిమ్మల్ని తలచుకుంటూ ఉండిపోతాను".

క్రిష్: "లేదు ప్రణతి. మనం బ్రతికితే, నిన్ను పెళ్ళి చేసుకుంటానని ఆ దేవుడితో అన్నాను".

ప్రణతి: "ఓ... అందుకనేనా, నన్ను పెళ్ళి చేసుకుందామని అనుకుంటున్నారు?".

క్రిష్, ప్రణతి మొహం పట్టుకుని "నువ్వే నా ప్రేమ అని నాకు అర్ధం అయింది. నేను నిన్ను వదిలి హ్యాపీగా ఉండలేను".

ప్రణతి: "కృష్ణుడు, రాధని పెళ్ళి చేసుకోలేదు".

క్రిష్: "అందుకేనేమో, ఆ బాధ తెలిసిన కృష్ణుడే, నిన్ను పెళ్ళి చేసుకోమని నాతో చెప్పాడు".

ఇంతలో హెలికాప్టర్ శబ్దం వినిపిస్తుంది. వాళ్ళు పైకి చూస్తారు. పైన ఒక హెలికాప్టర్ వీళ్ళ దగ్గరకు వస్తు ఉంటుంది.

సడెన్ గా హెలికాప్టర్ నుంచి షిప్ శబ్దం వస్తుంది.

తరవాత, ఎవరో తలుపు మీద కొడుతున్న శబ్దం వినిపిస్తుంది.

క్రిష్ వెనక్కి తిరిగి చూస్తాడు. అడవి అదృశ్యమౌతుంది.

దూరంగా పార్థు, ప్రజ్ఞ కనిపిస్తూ అదృశ్యమవుతారు.

క్రిష్, ప్రణతిని అయోమయంగా చూస్తాడు.

ప్రణతి, క్రిష్ ని చూసి చిన్నగా నవ్వి అదృశ్యమౌతుంది.

క్రిష్ బిగ్గరగా "ప్రణతి" అని అరుస్తాడు.

తలుపు చప్పుడు పెద్దది అవుతుంది.

క్రిష్ ఉలిక్కిపడి, బెడ్ మీద లేచి కూర్చుంటాడు. తనకి చెమటలు పట్టి ఉంటాయి. ఎవరో తన క్యాబిన్ డోర్ కొడుతూ ఉంటారు.

క్రిష్ తేరుకుని లేచి వెళ్ళి డోర్ ఓపెన్ చేస్తాడు. ఎదురుగా పార్థు యూనిఫార్మ్ లో, చేతిలో వైన్ బాటిల్ పట్టుకుని నిల్చుని ఉంటాడు.

క్రిష్, పార్థుని అలానే చూస్తూ ఉంటాడు.

పార్థు, క్రిష్ మొహం చూసి "Are you ok sir?".

క్రిష్ తేరుకుని "మనం ఎక్కడ ఉన్నాం?".

పార్థు కన్ఫూజెడ్ మొహంతో "మనం షిప్ లో ఉన్నాము".

క్రిష్ నమ్మలేనట్టు చూస్తూ "అంటే... మన షిప్ మునగ లేదా? అయితే, అందరు సేఫ్?".

పార్ధు అయోమయంగా చూస్తూ "షిప్ మునగడం ఏంటి? We are all fine sir".

క్రిష్ తేరుకుని "ఆ.... అది..".

పార్ధు: "సర్! మీరు వేటర్ ప్రణతిని 12 గంటలకి వైన్ బాటిల్ తెమ్మని అడిగారు. తన డ్యూటి 10pm కి అయిపోతుంది. తను నాతో మీకు ఈ వైన్ బాటిల్ ఇవ్వమని చెప్పింది".

క్రిష్: "ఆ.. ఓ.. సరే! తను రానందా?".

పార్ధు ఫర్మ్ గా "సర్! తన డ్యూటి 10కి అయిపోతుంది".

క్రిష్: "సరే నువ్వు వెళ్ళు".

పార్ధు: "సర్! వైన్".

క్రిష్: "నేను డ్రింక్ చెయ్యడం మానేసాను. నువ్వు ఉంచుకో".

పార్ధు: "Ok. Good night sir!" వెళ్ళిపోతాడు.

క్రిష్ వచ్చి బెడ్ మీద కూర్చుంటాడు. టైమ్ చూస్తే అర్ధ రాత్రి 12.

క్రిష్: "ఇదంతా కలనా? నమ్మబుద్ధి కావడం లేదు. ఎంత రియల్ గా ఉంది. ప్రణతిని నా రూమ్ కి రమ్మన్నాను. తను రాలేదా? షిప్ మునగ లేదా? దీని అర్ధం ఏంటి?".

క్రిష్ తన చేతిలో ఫ్లూట్ ఉండడం చూస్తాడు. పక్కనే బెడ్ మీద "Bhagavatam in brief" బుక్ ఉంటుంది.

Chapter 11

పార్ధు, లోవర్ డెక్ బ్యాక్ సైడ్ కి వెళ్తాడు. అక్కడ ప్రణతి నిల్చుని ఉంటుంది.

పార్ధు: “నువ్వు చెప్పినట్టుగానే, క్రిష్ సర్ కి వైన్ బాటిల్ ఇచ్చాను. డ్రింక్ చెయ్యడం ఆపేసారంట! తిరిగి ఇచ్చేసారు”.

ప్రణతి: “ఓ... ఇంకేమన్నారు?”.

పార్ధు: “నువ్వు రానని అన్నావా అని అడిగారు”.

ప్రణతి మొహం బాధతో నిండిపోతుంది.

పార్ధు అయోమయంగా “అయినా, సర్ నీకు ఎప్పుడు పరిచయం? తను నిన్ను తన రూమ్ కి వైన్ బాటిల్ తీసుకుని రమ్మనడం ఏంటి? అదీ ఇంత రాత్రి?”.

ప్రణతి ఏడుస్తూ, పార్ధుని హగ్ చేస్తుంది.

ఎప్పుడు ప్రశాంతంగా ఉండే ప్రణతి, ఫస్ట్ టైమ్ ఏడవడం చూస్తాడు.

పార్ధు, ప్రణతిని ఓదారుస్తూ ఉంటాడు.

ప్రజ్ఞకి నిద్ర పట్టదు. పార్ధుని చూడాలని ఉంటుంది.

ప్రజ్ఞ మనసులో “ఈ రోజు పోర్ట్ లో పార్ధు తనని ఇంక కలవద్దని అన్నాడు”.

వెళ్ళాలా, వద్ద అనుకుంటూనే, పార్ధు కోసం లోవర్ డెక్ కి వస్తుంది. అక్కడ పార్ధు, ప్రణతి ఇద్దరు హగ్ చేస్తూ కనిపిస్తారు.

అది చూసి, ప్రజ్ఞ అక్కడ నుంచి వేగంగా వెళ్ళిపోతుంది. నెమ్మదిగా తన రూమ్ కి వెళ్ళి బెడ్ మీద పడిపోయి ఏడుస్తుంది.

ప్రణతి ఏడుస్తూ "పార్థు! నువ్వు అన్నది నిజం. ఈ గొప్ప వాళ్ళకి ప్రేమ అవసరం లేదు. వాళ్ళకి మనం జస్ట్ టైమ్ పాస్. మనం వీళ్ళకి దూరంగా ఉండాలి".

పార్థు: "సర్ నీతో మిస్బిహేవ్ చేశారా?".

ప్రణతి: "లేదు. చాలా జెంటిల్మాన్ లానే అడిగారు. వదిలై... I want to forget what happened".

ప్రణతి వెళ్ళిపోతుంది. పార్థుకి ఏం చెయ్యాలో అర్థం కాదు. తను కూడా వెళ్ళిపోతాడు.

మర్నాడు ఉదయం క్రిష్ లోవర్ డెక్ లో ప్రణతి కోసం వెదుకుతాడు. తను కనిపించదు.

క్రిష్ వెళ్ళి సోషల్ హాల్ లో ప్రజ్ఞ కోసం వెయిట్ చేస్తూ ఉంటాడు.

ప్రజ్ఞ వస్తుంది. చాలా డల్ గా కనిపిస్తుంది.

క్రిష్: "ఏంటి డల్ గా ఉన్నావు?".

ప్రజ్ఞ చిన్నగా నవ్వుతు "నిన్న ఔటింగ్కి టవెడ్ అయ్యాను".

క్రిష్: "సరే లంచ్ చేద్దాం. నిన్న నువ్వు డిన్నర్ కూడా చెయ్యలేదు".

ఇద్దరు బఫె ప్లేస్ కి వస్తారు. పార్థు, ఇంకా ఇద్దరు కుక్స్ నిల్చుని అందరికీ సర్వ్ చేస్తూ కనిపిస్తారు.

క్రిష్, ప్రజ్ఞ నెమ్మదిగా ఐటంస్ తీసుకుంటూ ఉంటారు.

క్రిష్: "పార్థు! నువ్వు ఏం కుక్ చేశావు?".

పార్థు: "ఈ ఫోర్ ఐటంస్ సర్".

క్రిష్ అవే వేసుకుంటాడు. ప్రజ్ఞ, పార్థుని పట్టించుకోకుండా, అవి కాకుండా అన్నీ వేసుకుంటుంది.

క్రిష్, ప్రజ్ఞ ప్లేట్ చూసి పార్థు వంక చూస్తాడు.

పార్థు, ప్రజ్ఞనే చూస్తూ ఉంటాడు. క్రిష్ చూస్తున్నాడని చూపు తిప్పుకుంటాడు.

ఇద్దరు ఒక టేబుల్ దగ్గరకు వచ్చి కూర్చుంటారు.

క్రిష్: “పార్థు కుకింగ్ నీకు ఇష్టం కదా.. మరి ఎందుకు తన ఐటంస్ వేసుకోలేదు?”.

ప్రజ్ఞ: “రోజు తన వంట తిని బోర్ కొడుతోంది. I need change”.

క్రిష్ మనసులో “నా డ్రీమ్ లో వీళ్ళు ఇద్దరు ఎందుకు వచ్చినట్లో!”.

లంచ్ చేసాక ...

ప్రజ్ఞ: “క్రిష్! నేను వెళ్తాను”.

క్రిష్: “Sure! ఈ రోజు ఈవెనింగ్ క్రూజ్ లో ప్రోగ్రామ్స్ ఉన్నాయి. మర్చిపోకు!”.

ప్రజ్ఞ: “గుర్తుంది. నువ్వు ఫ్లూట్ ప్లే చేస్తున్నావు కదా?”.

క్రిష్: “చూద్దాం!”.

ప్రజ్ఞ వెళ్ళిపోతుంది.

క్రిష్ అక్కడే కూర్చుని ఉంటాడు. క్రిష్ ఫ్రెండ్స్ బఫె కోసం వచ్చి క్రిష్ ని చూసి వచ్చి కూర్చుంటారు.

ఫ్రెండ్ 1 వెకిలిగా నవ్వుతు “నువ్వు ఇంకా బ్రతికే ఉన్నావా?”.

క్రిష్ అర్థంకానట్టు చూస్తాడు.

ఫ్రెండ్ 1: “నువ్వు ఇంకా చావలేదంటే ఆ అమ్మాయి నీకు పడలేదన్న మాట! నువ్వు ఓడిపోయినట్లే”.

క్రిష్ కి రాత్రి వాళ్ళ కాన్వర్జేషన్ గుర్తుకి వస్తుంది.

క్రిష్: “అవును. నేను ఓడిపోయాను. So, మీరు ఇంక ఆ అమ్మాయి జోలికి వెళ్ళకండి”.

ఫ్రెండ్ 2 : "నువ్వు ఇంత తొందరగా ఎప్పుడు గివ్ అప్ ఇవ్వడం నేర్చుకున్నావురా! Don't worry. We have our ways".

క్రిష్ వాళ్ళ వంక సీరియస్ గా చూసి "What do you mean?".

ఫ్రెండ్ 2 వెకిలిగా నవ్వుతాడు.

క్రిష్ చికాకుగా చూస్తూ "I said forget about her. వెళ్ళి ఇంకెవరినైనా చూసుకోండి. ఆ అమ్మాయి వంక చూస్తే..".

ఫ్రెండ్ 1 : "Hey Krish! Chill. ఏమైంది నీకు? నిన్న బానే ఉన్నావు కదా".

క్రిష్ కామ్ అవుతూ "ఆ అమ్మాయిని వదిలైయండి".

ఫ్రెండ్ 1: "Ok!" అని సిగిరెట్ ఇస్తాడు.

క్రిష్: "వద్దు. I stopped smoking and drinking" అని వెళ్ళిపోతాడు.

వాళ్ళిద్దరు ఒకరి మొహాలు ఒకరు చూసుకుంటారు.

సాయంత్రం 6 pm....

ప్రజ్ఞ పింక్ కలర్ ఫుల్ లెంత్ మాడ్రన్ ఫ్రాక్, డైమండ్ నెక్లెస్ వేసుకుని సోషల్ హాల్ లో క్రిష్ కోసం వెయిట్ చేస్తూ ఉంటుంది.

క్రిష్ జీన్స్, బ్లాక్ షర్ట్ వేసుకుని, టక్ చెయ్యకుండా చాలా క్యాజువల్ గా వస్తాడు. తన ఫుల్ హాండ్స్ షర్ట్ కొద్దిగా పైకి మడుస్తాడు.

క్రిష్: "Wow! You look beautiful".

ప్రజ్ఞ: "Thanks! నువ్వేంటి చాలా క్యాజువల్ గా ఉన్నావు? కానీ, చాలా హాండ్సమ్ ఉన్నావు".

క్రిష్: "మూడ్ లేదు".

ప్రజ్ఞ: "ఏవో ప్రోగ్రామ్స్ ఉన్నాయి అన్నావు".

క్రిష్: "య.. ఔట్ డోర్ ప్రోగ్రామ్స్ ఉన్నాయి. లైవ్ మ్యూజిక్, DJ, ఇంకా మనం అందరం పార్టిసిపేట్ చేయొచ్చు. ఈ రోజు ఫార్మల్ డిన్నర్ ఉండదు. అవుట్ డోర్ బార్బెక్యూ, చాట్, బార్ కౌంటర్స్ ఉంటాయి. అందరు మ్యూజిక్ ఎంజాయ్ చేస్తూ బయటే డిన్నర్ చేస్తారు".

ప్రజ్ఞ: "Oh.. nice!".

ప్రజ్ఞ, క్రిష్ హ్యాండ్ ని ఫార్మల్ గా పట్టుకుని నడుస్తూ ఉంటుంది.

క్రిష్, ప్రజ్ఞ వంక ఆచర్యంగా చూస్తాడు.

ప్రజ్ఞ: "ఏ పట్టుకోకూడదా?".

క్రిష్: "No...No".

లైవ్ మ్యూజిక్ ప్లే అవుతూ ఉంటుంది.

క్రిష్: "ఆల్రెడీ మ్యూజిక్ స్టార్ట్ చేశారు. పద".

ఇద్దరు అక్కడికి వస్తారు. లైవ్ మ్యూజిక్ ప్లే చేస్తూ ఉంటారు. ముందు అందరు డాన్స్ చెయ్యడానికి ఓపెన్ ప్లేస్ ఉంటుంది. అక్కడే చాట్, బార్బెక్యూ, బార్ కౌంటర్స్ ఉంటాయి.

చాలా మంది అప్పటికే అక్కడ నుంచుని సన్సెట్ చూస్తూ ఉంటారు.

క్రిష్: "ప్రజ్ఞ! పై డెక్ నుంచి సన్సెట్ ఇంకా బాగుంటుంది. Let's go".

ప్రజ్ఞ, క్రిష్ పై డెక్ కి వెళతారు.

ప్రజ్ఞ, అక్కడ నుంచి కిందకు చూస్తే, పార్థు, వేరే కుక్స్ తో కలిసి ఫుడ్ కౌంటర్స్ లో అన్నీ అరేంజ్ చేస్తూ కనిపిస్తాడు.

క్రిష్ కూడా చూస్తాడు. ప్రణతి తన యూనిఫార్మ్ వేసుకుని, బార్ లో గ్లాస్సెస్ సర్దుతూ కనిపిస్తుంది. ప్రణతి కనిపించగానే, క్రిష్ మనసంతా చెప్పలేని ఆనందంతో నిండిపోతుంది.

ప్రజ్ఞ, పార్థు నుంచి చూపులు తిప్పుకుని "సన్సెట్ ఎంత బాగుందో కదా!".

క్రిష్ కూడా ప్రణతి నుంచి చూపు తిప్పుకుని "ఆ....అవును!".

క్రిష్, ప్రజ్ఞ వెనకాలే నిల్చుని సన్సెట్ చూస్తూ ఉంటాడు.

పార్థు, ప్రణతి అక్కడ పని చేసే వాళ్ళు కూడా వచ్చి షిప్ రైలింగ్ కి ఆనుకుని సన్సెట్ చూస్తారు.

పార్థు, ప్రణతి వెనకాలే నిల్చుని, కొద్దిగా ప్రణతి మీదకు వంగి ఏదో మాట్లాడుతూ, సన్సెట్ చూస్తూ ఉంటాడు. ప్రణతి నవ్వుతు ఉంటుంది.

క్రిష్, ప్రజ్ఞ చూపులు అప్పుడప్పుడు వీళ్ళిద్దరి మీదకు వెళ్తూ ఉంటాయి.

సన్సెట్ అవుతుంది. మళ్ళీ పార్థు, ప్రణతి వాళ్ళ కౌంటర్స్ కి వస్తారు.

లైవ్ మ్యూజిక్ ప్లే అవుతూ ఉంటుంది.

క్రిష్: "మనం ఇంక కిందకు వెళ్దాం. పద!". ఇద్దరు వస్తారు.

క్రిష్ ఫ్రెండ్స్ కూడా వస్తారు. జేమ్స్ బాండ్, సోను కూడా వస్తారు.

క్రిష్, తన ఫ్రెండ్స్ ప్రణతినే చూస్తూ ఉండడం గమనిస్తాడు.

క్రిష్ వాళ్ళని చికాకుగా చూసి, నెమ్మదిగా "Don't look at her anymore". వాళ్ళు చూపు తిప్పుకుంటారు.

క్రిష్ వాళ్ళని వదిలి బార్ కౌంటర్ కి వెళ్ళి ప్రణతి ఎదురుగా నిల్చుంటాడు.

ప్రణతి, క్రిష్ ని ఒకసారి చూసి, తల దించుకుని "What do you like to have sir?".

క్రిష్: "I want to talk to you".

ప్రణతి తల దించుకునే "చెప్పండి సర్".

క్రిష్: "అది.. ఇక్కడ కాదు. మన యూశ్వల్ ప్లేస్ కి వస్తావా?" అని ఫ్లూట్ చూపిస్తాడు.

ఇంతలో సోను అక్కడికి వస్తుంది.

సోను, క్రిష్ ని చూస్తూ "హే బేబీ! నీ కోసం రోజు నైట్ వెయిట్ చేస్తున్నాను. ఆ నైట్ తరవాత మళ్ళీ రాలేదు".

ప్రణతి, క్రిష్ ఒకరినొకరు చూసుకుంటారు.

క్రిష్, సోను వంక సీరియస్ గా చూసి "You should know by now that I am not interested in you!".

సోను, క్రిష్ ని కొద్దిగా టచ్ చేస్తూ "అప్పుడేనా?" అని ప్రణతిని చూసి "ఓ.. నీ ఇంటరెస్ట్ ఇప్పుడు మారిందా?".

అది చూసి, ప్రణతి, సోనుతో "Ma'am! You want something to drink? If not, others are waiting...".

సోను చుట్టు చూసి వెళ్ళిపోతుంది.

ప్రణతి ఇబ్బందిగా "Sir! Do you want to have anything? ... others are waiting".

క్రిష్: "I want water".

క్రిష్: "ప్రణతి! ప్లీజ్ మన ప్లేస్ కి రా".

ప్రణతి ఫ్లూట్ ని చూసి విరక్తిగా నవ్వి వాటర్ ఇస్తుంది.

ప్రణతి, క్రిష్ ని పట్టించుకోకుండా అక్కడ వచ్చిన వారితో "What do you like to have sir?".

క్రిష్ వెళ్ళిపోతాడు.

పార్థు ఇదంతా పక్క కౌంటర్ నుంచి చూస్తూ ఉంటాడు.

ఏదో లైట్ మ్యూజిక్ ప్లే అవుతూ ఉంటుంది.

ప్రజ్ఞ, పార్థుని దూరంగా చూస్తూ, క్రిష్ తో "Krish! Dance?".

క్రిష్: "Ok!".

ఇద్దరు నెమ్మదిగా ఫార్మల్ డాన్స్ చేస్తూ ఉంటారు. డాన్స్ చేస్తున్నంత సేపు క్రిష్ చూపులు ప్రణతి మీదే ఉంటాయి.

పార్థు హడావిడిగా గెస్ట్స్ అడిగినవి కుక్ చేస్తూ, మధ్య మధ్యలో ప్రజ్ఞని చూస్తూ ఉంటాడు.

మ్యూజిక్ ఆగిపోతుంది. ప్రజ్ఞ వెళ్ళి చేర్ లో కూర్చుంటుంది.

క్రిష్ మైక్ తీసుకుని...."Hello everyone! I am very excited to see that everyone is having a good time tonight. Today, it is full moon. The atmosphere is very romantic. Isn't it?".

క్రౌడ్ అంతా "Yes!" అని అరుస్తుంది.

Krish: "I want everyone to have a good time, including the people who are working on the cruise. I ask all of you to come forward and show your talent. Singing, dancing, music, anything...everyone can participate" and looks at Pranathi.

ప్రణతి వింటూ ఉంటుంది.

ఇంతలో ఎవరో అబ్బాయి వస్తాడు.

క్రిష్: "Hi! Your name?".

అబ్బాయి: "Karthik!".

క్రిష్: "Karthik! What would you like to do?".

అబ్బాయి: "I want to sing a rap song".

క్రిష్: "Wow! Nice! All of you give him a big hand".

అందరు క్లాప్ చేస్తారు.

పార్థు, ప్రణతి వంక చూసి "పాడు. Go!".

ప్రణతి అమ్మో వద్దు అన్నట్టు పార్థుని చూస్తుంది. క్రిష్ దూరంగా నిల్చుని ఇద్దరి వంక చూస్తాడు.

ఒకరి తరవాత ఒకరు వచ్చి పార్టిసిపేట్ చేస్తూ ఉంటారు.

క్రిష్: "ప్రజ్ఞ! నీకెమైన వస్తే నువ్వు చెయ్యి".

ప్రజ్ఞ: "మరి ని సంగతేంటి! నువ్వు ఫ్లూట్ ఎప్పుడు ప్లే చేస్తావు?".

క్రిష్: "నీకు వినాలని ఉందా?".

ప్రజ్ఞ: “Ya...Of course!“.

క్రిష్ చిన్నగా నవ్వి “సరే! నెక్స్ట్ ప్లే చేస్తాను”.

కొంచెం సేపటి తరవాత...

క్రిష్: “Hello everyone! On my friend’s request I am going to play flute now” అని ప్రజ్ఞని చూస్తాడు.

అందరు క్లాప్స్ కొడతారు.

ప్రణతి, ప్రణతి మేనేజర్ బార్ కౌంటర్ లో ఉంటారు.

క్రిష్ ఫ్లూట్ ప్లే చెయ్యడం మొదలు పెడతాడు. అందరు చేసేది మానేసి వింటూ ఉంటారు.

క్రిష్, ప్రణతినే చూస్తూ ఫ్లూట్ ప్లే చేస్తూ ఉంటాడు. ప్రణతి ఎంత కంట్రోల్ చేసుకుందామనుకున్న ఉండలేక పోతుంది.

నెమ్మదిగా బార్ నుంచి వెళ్తూ ఉంటే, ప్రణతి మేనేజర్, ప్రణతి చెయ్యి పట్టుకుని ఆపుతూ “ప్రణతి! ఇక్కడి పని వదిలి ఎక్కడికి వెళ్తున్నావు?”.

ప్రణతి ఆగుతుంది. కానీ, ఎంతో సేపు ఉండలేకపోతుంది. నెమ్మదిగా క్రిష్ దగ్గరకు డాన్స్ చేస్తు వస్తుంది.

పార్థు, ప్రణతిని కన్ఫ్యూజ్డ్ గా చూస్తాడు.

ప్రణతిని చూసి అక్కడ కొంత మంది అమ్మాయిలు కూడా వచ్చి డాన్స్ చేస్తూ ఉంటారు.

ప్రణతి మాత్రం క్రిష్ కి దగ్గరగా వచ్చి, క్రిష్ ని ఆపమన్నట్టు చూస్తూ డాన్స్ చేస్తూ ఉంటుంది.

క్రిష్, ప్రణతిని చూస్తూ, కళ్ళతోనే నవ్వుతు ఫ్లూట్ ప్లే చేస్తూ ఉంటాడు.

ప్రణతి మ్యూజిక్ భరించలేక, క్రిష్ ని వద్దు అన్నట్టు చూస్తూ ఫ్లూట్ ని క్రిష్ చేతి నుంచి లాక్కుంటుంది. క్రిష్, ప్రణతిని చూస్తూ ఉండిపోతాడు.

అక్కడి క్రౌడ్ అందరు 'ఏం జరుగుతోంది' అన్నట్టు ఆచర్యంగా చూస్తారు.

ప్రణతి బ్లాంక్ మొహం పెట్టుకుని, క్రిష్ ని చూస్తూ ఉంటుంది.

క్రిష్, ప్రణతి కళ్ళలోకే చూస్తూ ఉంటాడు.

ప్రణతి మేనేజర్ వేగంగా వచ్చి, క్రిష్ తో "Sorry for the disturbance sir" అని, ప్రణతిని కోపంగా చూసి "Pranathi! Give the flute back to our Sir".

ప్రణతి బ్లాంక్ మొహం పెట్టుకుని క్రిష్ నే చూస్తూ ఉంటుంది.

మేనేజర్, ప్రణతి చేతిలో ఉన్న ఫ్లూట్ లాక్కుని క్రిష్ కి ఇస్తు "Please! you carry on sir".

క్రిష్ ప్రణతినే చూస్తూ ఫ్లూట్ తీసుకుంటాడు.

మేనేజర్: "Pranathi! Come with me. We need a talk".

ప్రణతి బ్లాంక్ మొహం పెట్టుకుని క్రిష్ నే చూస్తూ ఉంటుంది.

ప్రణతి చెయ్యి పట్టుకుని "ప్రణతి!".

ప్రణతి తేరుకుని "ఆ....".

మేనేజర్ ప్రణతి చెయ్యి పట్టుకుని, అక్కడ నుంచి దూరంగా తీసుకుని వెళ్ళిపోతుంది.

క్రిష్ ఇంక ఫ్లూట్ ప్లే చెయ్యలేక పోతాడు.

క్రిష్ క్రౌడ్ ని చూస్తూ, చిన్నగా నవ్వుతు "Sorry for the disturbance. I guess, I am done".

అందరు క్లాప్స్ కొడతారు.

మేనేజర్: "ప్రణతి! Your mistake is not acceptable. నిన్ను ఫైర్ చేస్తున్నాను!".

ప్రణతి తేరుకుని, బ్రతిమాలుతూ "Sorry Ma'am! నేను మ్యూజిక్ కి చాలా సెన్సిటివ్ అనుకుంటా! నాకు తెలియకుండా చేశాను. ఇంకెప్పుడు ఇలా చెయ్యను".

మేనేజర్: "No. తను ఎవరనుకున్నావు? మన ఓనర్. తన చేతి నుంచే నువ్వు ఫ్లూట్ లాక్కుంటావా? How dare you! ఈ రోజు నీ లాస్ట్ డే. క్రూజ్ అయ్యేంత వరకు నువ్వు కూడా ఒక పాసెంజర్ లా ఎంజాయ్ చెయ్యి. ఆ తరవాత, నువ్వు ఇంక జాబ్ కి వచ్చే అవసరం లేదు".

ప్రణతి: "Please Ma'am!".

ఆమె వెళ్ళిపోతుంది.

ప్రణతి కంటి నుంచి నీరు కారుతుంది. కళ్ళు తుడుచుకొని, తన క్యాబిన్ కి వెళ్ళిపోతుంది.

పార్థుకి బార్ కౌంటర్ లో ప్రణతి కనిపించదు. ప్రణతి ప్లేస్ లో వేరే వేటర్ ఉంటాడు. కొంచెం వర్రీగా అనిపిస్తుంది. కానీ, కుక్ చేస్తూ అక్కడ నుంచి వెళ్ళలేకపోతాడు.

ప్రజ్ఞ, క్రిష్ దగ్గరకు వస్తుంది.

ప్రజ్ఞ: "Wow Krish! చాలా బాగా ఫ్లూట్ ప్లే చేశావు. పప్పా చెపితే ఏమో అనుకున్నాను. You are really good".

క్రిష్ చిన్నగా నవ్వి "Thanks!".

ప్రజ్ఞ: "BTW... ఆ గర్ల్ మరీ టూ మచ్ కదా!".

క్రిష్ ఏదో ఆలోచిస్తూ "ఊ...".

ప్రజ్ఞ: "డిన్నర్ చేద్దామా?".

క్రిష్ తేరుకుని "పద".

DJ ఏవో సాంగ్స్ ప్లే చేస్తూ ఉంటాడు.

క్రిష్, ప్రజ్ఞ చాట్ కౌంటర్ దగ్గరకు వస్తారు.

క్రిష్: "ఏంటి స్పెషల్?".

పార్థు లిస్ట్ చూపిస్తాడు.

క్రిష్: "I will have kachori chat. ప్రజ్ఞ నీకు?".

ప్రజ్ఞ, పార్థుని చూడకుండా "నాకు ఈ కౌంటర్ లో ఏమి వద్దు. పక్క కౌంటర్ లో కబాబ్స్ తీసుకుంటాను".

క్రిష్, పార్థు వంక చూసి "సరే నీ ఇష్టం".

ప్రజ్ఞ పక్క కౌంటర్ కి వెళ్తుంది.

క్రిష్: "పార్థు! మీరిద్దరు గొడవ పడ్డారా?".

పార్థు: "అయ్యో No sir. Looks like Ma'am is bored of my food".

ప్రజ్ఞ కబాబ్స్ తీసుకొని వస్తుంది.

పార్థు చాట్ ప్రిపేర్ చేస్తూ ఉంటాడు.

ప్రజ్ఞ: "Krish! I have decided to marry you".

పార్థు ప్రిపేర్ చేస్తూ ఒక సారి ఆపి, ప్రజ్ఞని చూస్తాడు.

క్రిష్, ప్రజ్ఞని ఆచర్యంగా చూస్తూ "What?".

ప్రజ్ఞ: "ఎందుకు అంత షాక్ అవుతున్నావు? నీకు ఒకేనే కదా?".

క్రిష్, పార్థుని గ్లాన్స్ చేసి, తడబడుతు "Ya...Of course I am ok".

పార్థు ఫాస్ట్ గా చాట్ ప్రిపేర్ చేసి "సర్! మీ చాట్".

క్రిష్ తీసుకుంటాడు.

ప్రజ్ఞ: "నువ్వు ఎప్పుడంటే, అప్పుడు పెళ్ళికి నేను రెఢీ!".

పార్థు కొద్దిగా ఇరిటేట్ అవుతు "People are waiting to order. మీరు...".

క్రిష్: "Ya...ya...will leave".

వాళ్ళిద్దరు అక్కడ నుంచి దూరంగా వెళతారు.

క్రిష్: "Are you really sure Pragnya?".

ప్రజ్ఞ: "Yes! నేను బాగా ఆలోచించే చెపుతున్నాను".

క్రిష్: "ఇంకా మనకు 4 డేస్ టైమ్ ఉంది. Take your time. తొందర ఏమి లేదు".

ప్రజ్ఞ, క్రిష్ వంక డౌట్ గా చూస్తూ "నువ్వు ఎందుకు హెసిటెన్ట్ గా ఉన్నావు?".

క్రిష్ తడబడుతు "నేనా! నేను ని గురించి వర్రీ అవుతున్నాను. సరే! నువ్వు ఇంత క్లియర్ ఉంటే.. విల్..".

క్రిష్ కి చోక్ అవుతుంది. క్రిష్ దగ్గుతాడు.

క్రిష్: "I will get water" అని బార్ కౌంటర్ దగ్గరకు వెళ్తాడు. అక్కడ ప్రణతి కనిపించదు.

క్రిష్ వాటర్ తీసుకుని పని ఉన్నట్టు తన ఫ్రెండ్స్ దగ్గరకు వెళ్తాడు.

ప్రజ్ఞ దూరంగా నిల్చుని పార్థుని చూస్తుంది.

పార్థు కూడా ప్రజ్ఞని చూసి, మళ్ళీ తన పనిలో పడిపోతాడు.

ప్రజ్ఞ తన డిన్నర్ ఫినిష్ చేసి అక్కడే మ్యూజిక్ వింటూ కూర్చుని ఉంటుంది.

క్రిష్ అప్పుడప్పుడు వచ్చి ప్రజ్ఞని పలకరించి వెళ్ళిపోతు ఉంటాడు.

క్రిష్: "ప్రజ్ఞ! 11 అయింది. ని రూమ్ కి వెళ్ళవా?".

ప్రజ్ఞ: "నేను ఇక్కడే కొంచెం సేపు ఉంటాను. If you want you can leave".

క్రిష్: "ఒకే. నాకు టైర్డ్ గా ఉంది. నేను వెళ్తాను. రేపు కొలంబొలో స్టాప్ ఉంది. మార్నింగ్ 9 కల్ల రెడీ గా ఉండు. Good night!" వెళ్ళిపోతాడు.

క్రిష్ లోవర్ డెక్ అంతా ప్రణతి కోసం వెతుకుతాడు. ప్రణతి ఎక్కడా కనిపించదు. నిరూస్చాహంగా తన రూమ్ కి వెళ్తాడు.

ప్రజ్ఞ బార్ కి వెళ్ళి డ్రింక్ చేస్తూ కూర్చుంటుంది.

ఫుడ్ కౌంటర్స్ అన్నీ క్లోస్ చేస్తారు. పార్థు, ఇంకా కొంత మంది కుక్స్, సర్వర్స్ అన్నీ సామాన్లు కిచెన్ కి తీసుకుని వెళ్తూ ఉంటారు.

ప్రజ్ఞ బాగా డ్రింక్ చేసి టేబుల్ మీద తల పెట్టి పడుకుంటుంది.

బాయ్: "Ma'am!".

ప్రజ్ఞ: "ఉ..".

బాయ్: "Ma'am!".

పక్క కౌంటర్ లో ఉన్న పార్థు చూసి వస్తాడు.

బాయ్: "పార్థు! Ma'am బా డ్రింక్ చేశారు".

పార్థు: "Ma'am!".

ప్రజ్ఞ మత్తుగా పడుకునే "ఉ..".

పార్థు కొద్దిగా దగ్గరగా వెళ్ళి నెమ్మదిగా "ప్రజ్ఞ! లే".

ప్రజ్ఞ తలఎత్తి పార్థుని చూస్తుంది.

పార్థు: "లే!".

ప్రజ్ఞ కంటి నుంచి నీరు వస్తుంది. అది చూసి, పార్థు చాలా ఎమోషనల్ అయిపోతాడు.

పార్థు తేరుకుని "నీ రూమ్ నెంబర్?".

ప్రజ్ఞ మళ్ళీ కళ్ళు మూసుకుంటుంది.

పార్థు, బాయ్ తో "క్రిష్ సర్ ని పిలుస్తావ? ఇందాక ఫ్లూట్ ప్లే చేశారే ఆయన. Ask our manager".

ప్రజ్ఞ, పార్థుతో "నాకు నువ్వు కావాలి. నా రూమ్ టాప్ ఫ్లోర్ 3".

పార్థు బాయ్ కి వద్దని చెప్తాడు.

పార్థు, ప్రజ్ఞని లేపి, నెమ్మదిగా పట్టుకుని, లిఫ్ట్ లో ప్రజ్ఞ రూమ్ కి తీసుకుని వెళ్తాడు.

ప్రజ్ఞని బెడ్ మీద పడుకోపెడతాడు. వెళ్ళిపోతు ఉంటే, ప్రజ్ఞ పార్ధు చెయ్యి పట్టుకుని లాగి తన మీద పడేస్తుంది.

పార్ధు లేవబోతే, తనని పక్కకు పడేసి, తన మీద వంగి కిస్ చెయ్యబోతుంది.

పార్ధు, ప్రజ్ఞని తోసి, విసురుగా లేస్తాడు.

ప్రజ్ఞ, పార్ధు చెయ్యి పట్టుకుని, ఏడుస్తూ "Pardhu! Please don't leave me".

పార్ధు, ప్రజ్ఞ చెయ్యి తీసేసి, వేగంగా రూమ్ నుంచి బయటకు వచ్చేస్తాడు.

ప్రజ్ఞ ఏడుస్తూ బెడ్ మీద పడిపోతుంది.

పార్ధు చాలా డిస్టర్బ్ అయిపోతాడు. లోవర్ డెక్ బ్యాక్ సైడ్ కి వెళ్తాడు.

పార్ధు కళ్ళలో నీళ్ళు. బీర్ తాగుతూ సముద్రాన్ని చూస్తూ ఉంటాడు. పార్ధుకి ప్రజ్ఞనే గుర్తొస్తు ఉంటుంది.

కొంచెం సేపటి తరవాత.. పార్ధుకి ప్రణతి గుర్తుస్తుంది.

పార్ధు మనసులో "అవును! ప్రణతికి ఏమైంది?".

పార్ధు, ప్రణతి రూమ్ ముందర నిల్చుని, డోర్ మీద కొడతాడు. ప్రణతి క్యాబిన్ ని ఇంకో ముగ్గురు అమ్మాయిలతో షేర్ చేస్తుంది.

వేరే వేటర్ డోర్ ఓపెన్ చేస్తుంది.

పార్ధు: "ఏ సుష్మా! ప్రణతి ఉందా?".

సుష్మా, పార్ధుని డల్ గా చూస్తూ "ఉంది పార్ధు! ప్రణతి...".

ప్రణతి బయటకు వస్తుంది. ప్రణతి మొహం చాలా డల్ గా ఉంటుంది.

పార్ధు: "ప్రణతి! ఏమైంది?".

ప్రణతి చిన్నగా నవ్వుతు "ఏం లేదులే! నీ పని అయిపోయిందా?".

పార్ధు: "ఉ... పద బయటకు వెళ్ళి మాట్లాడదాం".

ప్రణతి సముద్రాన్ని చూస్తూ "సముద్రం ఎంత ప్రశాంతంగా ఉందో కదా!".

పార్ధు, ప్రణతినే చూస్తూ "కానీ, నీ మనసు ఉప్పెనలా ఉంది".

ప్రణతి, పార్ధుని చూసి “నా జాబ్ పోయింది పార్ధు!”.

పార్ధు షాక్ అయ్యి “What? ఎందుకు?”.

ప్రణతి: “ఎందుకో, నీకు ఇంకా అర్ధం కాలేదా?”.

పార్ధు: “నువ్వు డాన్స్ చేస్తే, జాబ్ లో నుంచి తీసేస్తారా?”.

ప్రణతి: “డాన్స్ చేసినందుకు కాదు. ప్రోగ్రామ్ ఆపినందుకు. తను మన ఓనర్. నేనెవరు తన చేతి నుంచి ఫ్లూట్ లాక్కోడానికి? నేను చేసింది తప్పు”.

పార్ధు: “క్రిష్ సర్ నిన్ను ఫైర్ చేశారా?”.

ప్రణతి: “కాదు. నా మేనేజర్”.

పార్ధు చికాకుగా “ఆ దొబ్బుది నిన్ను ఎప్పుడు ఏదో అంటూనే ఉంది. అయినా! నువ్వెందుకు అలా బిహేవ్ చేశావు?”.

ప్రణతి చిన్నగా నవ్వి “అదంతా ఎందుకులే. నాకు జాబ్ పోయే టైమ్ వచ్చింది. పోయింది. నాకే ఈ జాబ్ నచ్చడం లేదు. నేనే మానేద్దాం అనుకుంటున్నాను. Good. అదే పోయింది”.

పార్ధు: “పోనీ! నేను క్రిష్ సర్ ని అడగనా?”.

ప్రణతి: “పార్ధు! ప్లీజ్ తనకి నా జాబ్ పోయిన సంగతి చెప్పకు”.

పార్ధు: “అసలు మీ ఇద్దరి మధ్య ఏంటి గొడవ?”.

ప్రణతి: “చ! గొడవేమీ లేదు. నువ్వు ఇప్పుడు తనని ఫేవర్ అడిగితే, నీకు తెలుసుగా ఈ రిచ్ పీపుల్ మెంటాలిటీ! వాళ్ళు ఊరికే ఏమి చెయ్యరు. నా నుంచి ఏదో ఎక్స్పెక్ట్ చేస్తారు”.

పార్ధుకి అర్ధం అవుతుంది.

పార్ధు: “మ్... True! నువ్వు వర్రీ కాకు. నీకు వెంటనే ఇంకో రెస్టారెంట్ లో జాబ్ వస్తుందిలే”.

ప్రణతి: “లేదు పార్ధు. నాకు ఇంక ఇలాంటి జాబ్ వద్దు. మా ఊరికి వెళ్ళి, చిన్న పిల్లల స్కూల్ లో టీచర్ గా జాయిన్ అవుదామని అనుకుంటున్నాను. నాకు అక్కడే ప్రశాంతంగా ఉంటుంది”.

పార్థు: "ఆ సేలరీ నీకు సరిపోదు ప్రణతి".

ప్రణతి మౌనంగా ఉంటుంది.

పార్థు: "ప్రణతి! నువ్వు వర్రీ కాకు. నేను తొందరలో బ్యాంక్ లోన్ తీసుకుని ఒక రెస్టారెంట్ ఓపెన్ చేస్తాను. నిన్ను మేనేజర్ గా తీసుకుంటాను. 3 మంత్స్ ఓపిక పట్టు".

ప్రణతి చిన్నగా నవ్వి "You are very sweet Pardhu. నీ వైఫ్ ఎవరో కానీ, చాలా అదృష్టవంతురాలు!".

అది విని, పార్థు సైలెంట్ గా బీర్ తాగుతూ సముద్రాన్ని చూస్తూ ఉంటాడు.

ప్రణతి: "పార్థు! 11 అయింది. రేపు కొలంబొలో స్టాప్ ఉంది. మనం 9కి రెడీగా ఉండాలి".

పార్థు: "నేను స్కిప్ చేద్దాం అనుకుంటున్నాను. మళ్ళీ వచ్చిన వెంటనే డిన్నర్ చెయ్యాలి. Very tiring".

ప్రణతి: "ఆ ప్రాబ్లమ్ నాకు ఇంక లేదు. నేను ఇప్పుడు పాసెంజర్ ని. నెక్స్ట్ ఫ్యూ డేస్ హ్యాపీగా ఎంజాయ్ చేస్తాను".

పార్థు చిన్నగా నవ్వు తాడు.

Chapter 12

మర్నాడు, పార్థు తప్ప అందరు కొలంబొలో "విహార బుద్ధిస్ట్ టెంపుల్ అండ్ మ్యూజియం" కి వెళ్తారు.

క్రిష్ గ్రీన్ కలర్ ఫార్మల్ షర్ట్, క్రీమ్ కలర్ ఫార్మల్ పాంట్ వేసుకుని చాలా హాండ్సమ్ ఉంటాడు.

ప్రజ్ఞ బ్లూ్య కలర్ ఫ్రాక్ వేసుకుని చాలా అందంగా ఉంటుంది.

క్రిష్ ఫ్రెండ్స్ కూడా వస్తారు.

ప్రణతి తన ఇద్దరు గర్ల్ కొలిగ్స్ తో వస్తుంది. సింపుల్ ఎల్లో చూడిదార్ వేసుకుని న్యాచురల్ బ్యూటీల ఉంటుంది.

క్రిష్ ఫ్రెండ్స్ కళ్ళు ప్రణతి మీదే ఉంటాయి. క్రిష్ ప్రణతిని చూసి చాలా హ్యాపీ అవుతాడు. ప్రణతి ఎవ్వరిని పట్టించుకోకుండా తన కొలిగ్స్ తో ఫొటోస్ దిగుతూ ఉంటుంది.

ప్రణతి కొలిగ్ 1: "హే అటు చూడు. నిన్న ఫ్లూట్ ప్లే చేశాడే, తను మన కంపెనీ ఓనర్ అంటా! ఆ అమ్మాయి తన కాబోయే వైఫ్ అంటా!".

కొలిగ్ 2: "ఇద్దరు చాలా బాగున్నారు కదా! మేడ్ ఫర్ ఈచ్ అదర్ లా ఉన్నారు".

కొలిగ్ 1: "ఎందుకు బాగుండరు? వాళ్ళు వేసుకునే డ్రసెస్, మేకప్ మనం వేసుకుంటే, వాళ్ళ కంటే మనమే ఇంకా అందంగా ఉంటాము".

కొలిగ్ 2: "అంత అదృష్టం మనకు ఉండాలి కదా!".

ప్రణతి: "మనకేం తక్కువ. మనం కూడా హ్యాపీగానే ఉన్నాం కదా! మనం మన కంటే లేని వాళ్ళతో పోల్చుకుని హ్యాపీ కావాలి. వాళ్ళని పట్టించుకోకండి".

ప్రజ్ఞకి పార్థు ఎక్కడా కనిపించడు. చాలా డల్ అయిపోతుంది.

క్రిష్ ప్రణతినే చూస్తూ ఉంటాడు. తనకి ప్రణతి చాలా అందంగా కనిపిస్తుంది.

ప్రణతి, క్రిష్ ని ఒకసారి చూసి ఏమి పట్టించుకోదు.

కొంచెం సేపటి తరవాత, ఎవరికి వారే మ్యూజియంలో ఉన్న శిల్పాలని చూస్తూ నడుస్తూ ఉంటారు.

ప్రజ్ఞ: "క్రిష్! నువ్వు వెళ్ళి నీకు కావలసినవి చూడు. నేనేమి అనుకోను".

క్రిష్: "ఒకే!".

ప్రణతి, తన కొలీగ్స్ కూడా ఎవరికి వారు తిరుగుతూ ఉంటారు. ప్రణతి అక్కడక్కడ ఫోటోస్ తీస్తూ నడుస్తూ ఉంటుంది.

క్రిష్ ప్రణతిని ఫాలో అవుతూ ఉంటాడు.

ఒక చోట కృష్ణుడు, అర్జునుడు రథంలో కూర్చుని ఉన్న శిల్పం, దాని పక్కనే రాధ, కృష్ణులు ఇద్దరు లోకాన్ని మర్చిపోయి, ఒకరిని ఒకరు చూసుకుంటూ ఉన్న ఒక పెద్ద పాల రాతి శిల్పం ఉంటాయి. ప్రణతి ఆగి, వాటిని అలానే చూస్తూ ఉంటుంది.

క్రిష్ నెమ్మదిగా ప్రణతి వెనకాలే నిల్చుని "వాళ్ళే నిజమైన ప్రేమికులు!".

ప్రణతి శిల్పాన్నే చూస్తూ "అవును!".

ప్రణతి తేరుకుని వెనక్కి తిరిగి చూస్తే క్రిష్ ఉంటాడు.

క్రిష్ కూడా ఆ శిల్పాన్నే చూస్తూ కనిపిస్తాడు. ప్రణతి వెంటనే వెళ్ళబోతు ఉంటే.. "నిన్న రాత్రి, నువ్వు మన ప్లేస్ కి రాలేదు!".

ప్రణతి ఆగి, సైలెంట్ గా వెళ్ళబోతు ఉంటే "ప్రణతి! నీతో మాట్లాడాలి".

ప్రణతి నెమ్మదిగా "క్షమించండి. నా నిర్ణయం మీకు అర్థం అయ్యే ఉంటుంది" అని వెళ్ళబోతు ఉంటే "దాని గురించి కాదు....".

ఇంతలో ప్రణతి కొలీగ్స్ అక్కడికి వస్తు కనిపిస్తారు. ప్రణతి అక్కడ నుంచి వేగంగా కొలీగ్స్ దగ్గరకు వెళ్ళిపోతుంది.

అందరు అక్కడ నుంచి కోర్టియాడ్ కి వస్తారు. అక్కడ, క్రిష్ తన ఫ్లూట్ ప్లే చేస్తూ ఉంటాడు.

ప్రణతి కొలీగ్స్ "మళ్ళి మన ఓనర్ ఫ్లూట్ ప్లే చేస్తున్నాడే!".

ప్రణతి ఫ్లూట్ మ్యూజిక్ కి ఆగలేకపోతుంది.

ప్రణతి వాళ్ళని గట్టిగా పట్టుకుని, తనని తాను ఆపుకుంటూ "మీకు వెళ్ళి డాన్స్ చెయ్యాలని అనిపించడం లేదా?".

కొలీగ్: "లేదు. వినడానికి చాలా బాగుంది. అంతే!".

క్రిష్, ప్రణతిని చూస్తూ ఫ్లూట్ ప్లే చేస్తూ ఉంటాడు.

ప్రణతి ఉండలేక అక్కడ నుంచి పరిగెత్తుకుంటు వెళ్ళిపోతుంది.

ఇద్దరు కొలీగ్స్ కూడా ప్రణతిని చూసి తన వెనకాలే వెళ్ళిపోతారు.

ప్రణతి వెళ్ళిపోవడం చూసి, క్రిష్ ఫ్లూట్ ప్లే చెయ్యడం ఆపేస్తాడు. ప్రజ్ఞ, క్లాప్స్ కొడుతుంది. అక్కడ ఉన్న వాళ్ళు కూడా క్లాప్స్ కొడతారు.

కొలీగ్ 2: "ఏమైంది నీకు? ఎందుకు అలా వచ్చేసావు?".

ప్రణతి: "నేను ఫ్లూట్ మ్యూజిక్ కి చాలా సెన్సిటివ్. భరించలేను".

అందరు షిప్ కి తిరిగి వస్తారు.

ఆ రాత్రి, ప్రజ్ఞ షిప్ లోవర్ డెక్ బ్యాక్ సైడ్ వెళ్తుంది. అక్కడ పార్థు బీర్ తాగుతూ కనిపిస్తాడు. ప్రజ్ఞ చాలా హ్యాపీ అవుతుంది.

ప్రజ్ఞ: "పార్థు!".

పార్థు వెనక్కి చూసి, వెళ్ళిపోతు ఉంటాడు.

ప్రజ్ఞ: "పార్థు! నువ్వు ఈ రోజు కొలంబొకి రాలేదు".

పార్థు సైలెంట్ గా చూస్తాడు.

ప్రజ్ఞ: "పార్థు! నిన్న నైట్, నాకు వేగ్ గా గుర్తుంది. నువ్వు నా రూమ్ కి వచ్చావు కదా!".

పార్థు, ప్రజ్ఞని చూసి "Ma'am! మీరు ఇక్కేప్పుడు తాగకండి. It's not good for you".

ప్రజ్ఞ: "నేను జనరల్లీ తాగను. కానీ నిన్న, I wanted to be lost...".

పార్థు: "Ya...I know. Last night, you said you want to get married to Krish sir. It was a happy moment for you. I am happy for you both. ఇంతకీ, మీ మ్యారేజ్ ఎప్పుడు?".

ప్రజ్ఞ, పార్థుని చూస్తూ "నేను అందుకు తాగలేదు".

పార్థుకి అర్థం అయ్యి "Ma'am! లేట్ అయింది. వెళ్ళి పడుకోండి" అని వెళ్తూ ఉంటే ప్రజ్ఞ పార్థు చెయ్యి పట్టుకుంటుంది.

పార్థు, ప్రజ్ఞ వంక సీరియస్ గా చూసి, తన చెయ్యి తీస్తూ "Ma'am! నిన్న నేను కాబట్టి సరిపోయింది. ఇంకెవరైనా ఉంటే అడ్వాంటేజ్ తీసుకునేవారు".

ప్రజ్ఞ: "తెలుసు. అందుకే నువ్వంటే నాకు ఇష్టం!".

పార్థు, ప్రజ్ఞని చూసి వెళ్ళిపోతాడు.

క్రిష్, ప్రణతి కోసం తన బాల్కనీలో చాలా సేపు వెయిట్ చేస్తాడు. ప్రణతి రాదు. క్రిష్ ఫ్లూట్ వంక చూసి ప్లే చేస్తాడు. కానీ, కళ్ళలో కొద్దిగా నీళ్ళు వస్తాయి. ప్లే చెయ్యలేకపోతాడు. చాలా ఎమోషనల్ అయిపోయి ఆపేస్తాడు.

మర్నాటి సాయంత్రం ....

ప్రణతి డెక్ లో నిల్చుని సముద్రాన్ని చూస్తూ ఉంటుంది.

దూరంగా ప్రజ్ఞ, క్రిష్ నిల్చుని ఉంటారు. క్రిష్, ప్రణతిని దూరం నుంచి చూస్తాడు. క్రిష్ మొహంలో ఆనందం.

క్రిష్ మనసులో "ప్రణతి! నువ్వు నాతో మాట్లాడకపోయిన పరవాలేదు. నువ్వు దూరంగా కనిపిస్తే చాలు, ఇంకేమీ అవసరం లేదు అన్న ఫీలింగ్! ఇదేనేమో ప్రేమ అంటే..!".

క్రిష్ ప్రణతినే చూస్తూ ఉంటాడు. ప్రజ్ఞ, క్రిష్ పక్కనే నిల్చుని సముద్రాన్ని చూస్తూ ఉంటుంది.

ఒక క్యూట్ ఫ్యామిలి ప్రణతి పక్కగా నిల్చుని ఫోటోస్ దిగుతు ఉంటారు.

ప్రణతి వాళ్ళని చూసి "నేను తియ్యనా?".

వాళ్ళ కెమెరాలో ఫోటో తీసి వాళ్ళకి చూపిస్తుంది. వాళ్ళు "Nice. Thanks!" అని వెళ్ళిపోతారు.

ఇంతలో క్రిష్ ఫ్రెండ్స్ ప్రణతి దగ్గరకు వస్తారు.

ఫ్రెండ్ 1: "అదే చేత్తో మాకూ ఒక ఫోటో తీస్తావ?".

ప్రణతి విని దూరంగా వెళ్ళి నిల్చుంటుంది. ఫ్రెండ్స్ మళ్ళీ ప్రణతి దగ్గరకు వస్తారు.

ఫ్రెండ్ 2: "ఆ రోజు రాత్రి నువ్వు మా ఫ్రెండ్ ని హ్యాపీ చేశావ? లేదా?".

ప్రణతి వాళ్ళని కోపంగా చూస్తుంది.

క్రిష్, తన ఫ్రెండ్స్ ప్రణతి దగ్గరకు వెళ్ళడం చూసి వేగంగా వస్తు ఉంటాడు. ప్రజ్ఞ కూడా క్రిష్ ని ఫాలో అవుతుంది.

ప్రణతి అక్కడ నుంచి వెళ్ళబోతే, ఒక ఫ్రెండ్ ప్రణతి చెయ్యి పట్టుకుంటాడు. ప్రణతి విడిపించుకుంటూ ఉంటుంది.

పార్థు అప్పుడే అక్కడకు వచ్చి చూస్తాడు. విసురుగా అక్కడికి వచ్చి వాడి చెంప మీద కొడతాడు.

ఫ్రెండ్ 1: "How dare you hit me? నేనెవరో తెలుసా?".

పార్థు వాడి కాలర్ పట్టుకుని "నువ్వు ఎవరైతే నాకేంటిరా! ఇంకోసారి తన వెంట పడితే, చస్తావ్!".

క్రిష్, ప్రజ్ఞ ఇంతలో అక్కడికి వస్తారు.

ఫ్రెండ్ 1 కాలర్ విడిపించుకుంటూ "ఏంట్రా తను నీ గర్ల్ ఫ్రెండ్ లా బిహేవ్ చేస్తున్నావు?".

పార్థు, ప్రణతిని దగ్గరకు తీసుకుని "అవున్రా! తను నా గర్ల్ ఫ్రెండ్. ఇంకోసారి నా గర్ల్ ఫ్రెండ్ జోలికి వస్తే.. జాగ్రత్త!" అని వార్నింగ్ ఇస్తాడు.

అది విని ప్రజ్ఞ షాక్ అయ్యి పార్థుని చూస్తుంది.

ప్రణతి, పార్ధుని అయోమయంగా చూసి, క్రిష్ ని చూస్తుంది. క్రిష్ కూడా ప్రణతిని చూస్తాడు. ప్రణతి తల దించుకుంటుంది.

క్రిష్: "Pardhu! Calm down. వీళ్ళు ఇంక నీ గర్ల్ ఫ్రెండ్ జోలికి రారు. సరేనా!".

పార్ధు, ప్రణతి భుజం మీద చెయ్యి వేసి ఎవరిని పట్టించుకోకుండా, విసురుగా అక్కడి నుంచి ప్రణతిని తీసుకుని వెళ్ళిపోతాడు.

ప్రజ్ఞ, పార్ధు వెళ్ళే వైపే చూస్తూ, మనసులో "తను పార్ధు గర్ల్ ఫ్రెండ్? కొలీగ్ అన్నాడు. హు...".

క్రిష్ తన ఫ్రెండ్స్ ని సీరియస్ గా చూస్తూ "Pragnya! Give us a minute".

ప్రజ్ఞ తేరుకుని అక్కడ నుంచి వెళ్ళిపోతుంది.

క్రిష్ తన ఫ్రెండ్స్ ని చూస్తూ "మనకి చాలా ఇయర్స్ గా పరిచయం. మీరు నాకు కోపం రావడం ఎప్పుడైనా చూశారా?".

వాళ్ళు లేదు అన్నట్టు తల ఊపుతారు.

క్రిష్: "మ్....నా కోపం చూడాలని అనుకోకండి. ఇంక మీరు తన జోలికి వెళ్ళకండి. ఇదే మీకు లాస్ట్ వార్నింగ్" వెళ్ళిపోతాడు.

రాత్రి, ప్రజ్ఞ డిన్నర్ కి వస్తుంది. ఇద్దరు మళ్ళీ సైలెంట్ గా డిన్నర్ చేస్తారు.

ప్రజ్ఞ: "Krish! I will leave".

క్రిష్: "ఒకే! రేపు మాల్దీవ్స్ లో స్టాప్ ఉంది".

ప్రజ్ఞ చిన్నగా నవ్వి "I know" వెళ్ళిపోతుంది. క్రిష్ సముద్రాన్ని చూస్తూ కూర్చుండిపోతాడు.

క్రిష్ మనసులో "Why does this trip feel so long? I want it to end soon!".

Chapter 13

మర్నాడు, అందరు మాల్దీవ్స్ లో, ఎవరికి కావాల్సిన ప్లేసెస్ కి వాళ్ళు వెళ్తారు.

క్రిష్, ప్రజ్ఞ మాత్రం ప్రణతి, పార్థుని ఫాలో అవుతూ బీచ్ కి వస్తారు.

క్రిష్ గాగుల్స్ పెట్టుకుని బీచ్ మీద కూర్చుని రిలాక్స్ అవుతూ ఉంటాడు.

పార్థు, ప్రణతి వాటర్ లో ఆడుతూ ఉంటారు.

అది చూసి, ప్రజ్ఞ కూడా వాటర్ లోకి దిగి వీళ్ళనే చూస్తూ ఉంటుంది.

ప్రజ్ఞ తననే చూస్తోందని పార్థుకి అర్థం అవుతుంది. పార్థు కావాలనే ప్రణతితో చాలా క్లోస్ గా ఆడుతూ ఉంటాడు.

క్రిష్ ఒడ్డు మీద కూర్చుని ప్రణతి, పార్థుతో ఆడుతూ ఉంటే నవ్వుతు ప్రణతిని చూస్తూ ఉంటాడు. ప్రణతి మధ్య, మధ్యలో క్రిష్ ని గ్లాన్స్ చేస్తూ ఉంటుంది.

ప్రజ్ఞ వీళ్ళని చూసి, కళ్ళలో నీళ్ళతో నెమ్మదిగా నడుస్తూ సముద్రంలోకి వెళ్తూ ఉంటుంది.

క్రిష్ చూస్తాడు. కానీ అలానే కూర్చుని ఉంటాడు.

పార్థు, ప్రజ్ఞ బాధ మొహం పెట్టుకుని సముద్రంలోకి వెళ్తూ ఉండడం చూసి కొద్దిగా అనీజిగా ఫీల్ అవుతాడు.

ప్రజ్ఞ విరక్తిగా వెళ్ళిపోతు ఉంటుంది. తన మెడ వరకు నీరు వస్తుంది.

పార్థు దూరంగా ప్రజ్ఞనే చూస్తూ ఉంటాడు.

ప్రజ్ఞ నీటి కిందకు వెళ్ళిపోతుంది. అది చూసి, పార్థు కంగారుగా క్రిష్ వంక చూస్తాడు. క్రిష్, పార్థు వంక చూస్తాడు. కానీ అక్కడ నుంచి లేవడు.

పార్థు తిరిగి చూస్తే, ప్రజ్ఞ కనిపించదు. బుడగలు కనిపిస్తూ ఉంటాయి.

పార్థు అరుస్తూ “Sir! Ma’am!”.

క్రిష్ పట్టించుకోకుండా, రిలాక్స్డ్ గా కూర్చుని ఉంటాడు.

పార్ధు కంగారుగా "ప్రజ్ఞ!" అని అరుస్తూ స్విమ్మింగ్ చేస్తూ ప్రజ్ఞ దగ్గరకు వెళ్తాడు.

ప్రజ్ఞని పైకి లేపుతాడు. ఒడ్డు మీదకు తెచ్చి, పొట్ట నొక్కుతాడు. ప్రజ్ఞ నోట్లో నుంచి నీరు వస్తు ఉంటుంది.

పార్ధు, ప్రజ్ఞ నోట్లో ఊదుతు, పొట్ట ఒత్తుతూ ఉంటాడు.

ప్రజ్ఞ చోక్ అవుతూ లేస్తుంది. పార్ధు మొహంలో ఆనందం.

పార్ధు ఆనందంగా "ప్రజ్ఞ!" అని హగ్ చేస్తాడు.

క్రిష్ తన పాంట్ పాకెట్స్ లో చేతులు పెట్టుకుని, నెమ్మదిగా వచ్చి "Are you ok Pragnya?".

క్రిష్ ని చూసి, పార్ధు ఇబ్బందిగా ప్రజ్ఞని వదిలి దూరంగా వెళ్తాడు.

ప్రణతి కూడా పార్ధుని ఫాలో అవుతుంది.

క్రిష్ క్వైట్ గా ప్రజ్ఞ పక్కన కూర్చుంటాడు.

క్రిష్: "నీకు స్విమింగ్ రాకుండా, అలా వెళ్ళిపోయావంటే.... నువ్వు హ్యాపీగా లేవని అర్ధం!".

ప్రజ్ఞ ఏడుస్తుంది.

క్రిష్, ప్రజ్ఞని పట్టుకుని ఓదారుస్తూ, దూరంగా కూర్చున్న పార్ధు, ప్రణతిని చూస్తాడు.

పార్ధు చాలా అప్సెట్ ఉంటాడు. ప్రణతి నోటీస్ చేసి "పార్ధు! నువ్వు ఒకేనా?".

పార్ధు తేరుకుని చిన్నగా నవ్వి "Ya! Sea ఎంత బాగుంది కదా!".

కొంచెం సేపటి తరవాత....

క్రిష్ పార్ధు, ప్రణతి దగ్గరకు వస్తాడు.

క్రిష్: "Pardhu! Thanks for saving Pragnya".

పార్థు అప్సెటింగ్ గా "ప్రజ్ఞ మునిగిపోతు ఉంటే మీరు అలానే కూర్చున్నారు.".

క్రిష్: "తనకి స్విమింగ్ రాకుండా అలా సముద్రంలోకి వెళ్తుందని అస్సలు ఎక్స్పెక్ట్ చెయ్యలేదు. Anyway, thanks again for saving her".

పార్థు: "It's ok sir".

క్రిష్: "ఈ రోజు నైట్ క్రూజ్ లో ఏమి డిన్నర్ ఉండదు. నేను, ప్రజ్ఞ డిన్నర్ కి వెళ్తున్నాము. Why don't you both join us?".

పార్థు ఆచర్యంగా "మేమా సర్?".

క్రిష్: "It's my treat to you for saving Pragnya".

పార్థు ఇబ్బందిగా "మేము జస్ట్ వర్కర్స్. మీతో ఎలా? వద్దు సర్".

క్రిష్: "No. No. I insist".

పార్థు, ప్రణతిని చూస్తాడు. ప్రణతి వద్దు అన్నట్టు చూస్తుంది.

క్రిష్, ప్రణతిని చూసి "నీ గర్ల్ ఫ్రెండ్ కి నేను నచ్చలేదనుకుంటా!".

పార్థు ఇబ్బందిగా "అయ్యో అదేం లేదు సర్. Will join".

క్రిష్: "Ok. Let's go".

పార్థు, ప్రణతి ఇబ్బందిగా వీళ్ళతో వెళ్తారు.

క్రిష్ అందరిని ఒక పాష్ రెస్టారెంట్ కి తీసుకుని వెళ్తాడు.

నలుగురు క్వైట్ గా డిన్నర్ టేబుల్ దగ్గర కూర్చుని ఉంటారు.

వేటర్: "What drinks would you like to have?".

క్రిష్, పార్థు వంక చూస్తాడు.

పార్థు: "Anything is fine".

ప్రజ్ఞ: "I will have red wine".

క్రిష్: "Pardhu! Red wine?".

పార్థు: "Sure!".

క్రిష్ ప్రణతి వంక చూస్తాడు.

ప్రణతి: “Just water”.

క్రిష్: “That’s it? No wine?”.

ప్రణతి: “నాకు అలవాటు లేదు”.

క్రిష్: “Ok. She will have orange juice and I will have the same”.

పార్థు: “మీరు డ్రింక్ చెయ్యరా?”.

క్రిష్, ప్రణతిని చూస్తూ “మానేసాను”.

ఆక్వార్డ్ సైలెన్స్...

పార్థు, ప్రజ్ఞ మధ్య మధ్యలో ఒకరినొకరు చూసుకుంటూ ఉంటారు.

క్రిష్ కొద్దిగా దగ్గి “మీరిద్దరు ఎప్పటి నుంచి లవ్ లో ఉన్నారు?”.

పార్థు, ప్రణతి ఒకరినొకరు ఇబ్బందిగా చూసుకుంటారు.

పార్థు: “3 మంత్స్!”.

క్రిష్: “Interesting. మీ లవ్ స్టోరీ వినాలని ఉంది”.

మళ్ళీ పార్థు, ప్రణతి ఒకరినొకరు ఇబ్బందిగా చూసుకుంటారు.

పార్థు: “Nothing special sir!”.

క్రిష్: “What do you mean? Love... ప్రేమ! Something special right? ప్లీజ్ చెప్పండి”.

ప్రజ్ఞ, పార్థునే చూస్తూ ఉంటుంది.

పార్థు: “3 మంత్స్ ముందు జాబ్ లో కలిసాము. ప్రణతిని చూడగానే నాకు నచ్చేసింది”.

క్రిష్ ప్రణతిని చూస్తూ “Love at first sight అన్న మాట! Interesting. మరి నీకు? నీ పేరు ప్రణతి కదా?”.

ప్రజ్ఞ, పార్థు టేబుల్ ని చూస్తూ ఉంటారు.

ప్రణతి క్రిష్ ని చూసి, మళ్ళీ తలదించుకుని, చిన్నగా నవ్వి "నాకా?" అని ఆగి క్రిష్ ని సూటిగా చూస్తూ "నేను తనని అసలు చూడకుండానే ప్రేమలో పడిపోయాను. తనతో ఎప్పుడు ప్రేమలో పడ్డానో కూడా తెలియలేదు. అసలు అది ప్రేమో? కాదో? కూడా తెలియదు. ఏదో చెప్పలేని ఫీలింగ్. తనని జస్ట్ దూరం నుంచి చూస్తే చాలు, ఇంకేమి అవసరం లేదు అనిపించే ఫీలింగ్. అదే ప్రేమ అయితే, I am totally in love with him! కానీ... తనకి నేనంటే ప్రేమ లేదు. For him I am just one night stand!".

క్రిష్ ప్రణతినే చూస్తూ ఉంటాడు.

ప్రజ్ఞ, పార్ధుని నమ్మలేనట్టు చూస్తుంది.

పార్ధు, ప్రణతిని అయోమయంగా చూసి, చికాకుగా "ప్రణతి! ఏం మాట్లాడుతున్నావు? Do you think I am that cheap?".

ప్రణతి తేరుకుని "సారీ పార్ధు! నేను నీ గురించి చెప్పడం లేదు. నిన్ను కలవక ముందు, నేనొక వ్యక్తిని ఇష్ట పడ్డాను. తన గురించి చెప్తున్నాను".

క్రిష్ తల దించుకుని "వాడెవడో కానీ, complete idiot. Glad you realized about him and moved on with Pardhu" అని జ్యూస్ తాగుతాడు.

ప్రణతి హ్యాపీగా పార్ధుని చూస్తూ "Ya. పార్ధు చాలా మంచోడు. నన్ను చాలా సపోర్ట్ చేస్తాడు. I am very happy to be with him".

పార్ధు, ప్రణతిని చూసి చిన్నగా నవ్వి, ఇబ్బందిగా ప్రజ్ఞని చూస్తాడు.

ప్రజ్ఞ, పార్ధునే చూస్తూ ఉంటుంది.

పార్ధు, ప్రజ్ఞని చూస్తూ "మరి, మీది సర్?".

క్రిష్, ప్రజ్ఞని చూసి చిన్నగా నవ్వి "మాదా?" అని ఏదో చెప్పేలోపే "మాది మీలా లవ్ కాదు. Arranged. Getting to know each other. It might become love" అని ప్రజ్ఞ అంటుంది.

క్రిష్ జ్యూస్ తాగుతు తల దించుకుంటాడు.

డిన్నర్ సర్వ్ చేస్తారు. మళ్ళీ ఆక్వర్డ్ సైలెన్స్.

అక్కడ లైవ్ మ్యూజిక్ నడుస్తూ ఉంటుంది. ఎవరో పాడుతు ఉంటారు.

క్రిష్: "ప్రణతి! వెళ్ళి పాడు. నువ్వు పాడతావు కదా!".

ప్రణతి ఆచర్యంగా చూస్తూ "మీకెలా తెలుసు?".

క్రిష్ క్యాజువల్ గా "అదేంటి, నువ్వు అడవిలో పాడావు కదా.. " అని ఆగిపోతాడు.

అందరు క్రిష్ ని అర్థంకానట్టు చూస్తారు.

పార్థు: "అడవి ఏంటి?".

క్రిష్ అందరిని చూసి, కొద్దిగా దగ్గి "జోక్ చేశాను!".

అందరు డిన్నర్ ఫినిష్ చేసి మళ్ళీ పోర్ట్ కి వస్తారు.

క్రిష్, ప్రణతి రోడ్డు క్రాస్ చేసి వెళ్తూ ఉంటారు. ప్రజ్ఞ వెనకాలే పార్థు వస్తు ఉంటాడు.

ప్రజ్ఞ చాలా డిస్టర్బ్డ్ గా ఉంటుంది. ఏదో ఆలోచిస్తూ రోడ్డు క్రాస్ చేస్తూ ఉంటుంది. కార్ వచ్చి తనని గుద్దబోతే, పార్థు ప్రజ్ఞని లాగుతాడు.

పార్థు కోపంగా "ప్రజ్ఞ! చూసుకో. ఏమైంది నీకు? ఇందాక బీచ్ లో కూడా ఇలానే చేశావు?".

ప్రజ్ఞ కళ్ళలో నీళ్ళతో పార్థుని చూస్తుంది.

పార్థు ఎమోషనల్ గా చూసి "ప్రజ్ఞ!" అని హగ్ చేస్తాడు.

ప్రజ్ఞ ఏడుస్తుంది. పార్థు తేరుకుని, ప్రజ్ఞ చెయ్యి పట్టుకుని, రోడ్డు క్రాస్ చేసి, క్రిష్ దగ్గరకు వెళ్ళి "Ma'am చాలా టయెడ్ గా ఉన్నారు. Please take care of her".

క్రిష్, ప్రజ్ఞని చూస్తాడు. ప్రజ్ఞ, పార్థుని అర్థంకానట్టు చూస్తుంది. పార్థు, ప్రణతి దగ్గరకు వెళ్ళిపోతాడు.

నలుగురు షిప్ కి తిరిగి వస్తారు. ఆ రాత్రికి, కొంత మంది పాసెంజర్స్ మాల్దీవ్స్ లోని రిసార్ట్ లో ఉండిపోతారు.

నెక్స్ట్ డే.

ప్రజ్ఞ, క్రిష్ క్వైట్ గా డిన్నర్ చేస్తారు.

ప్రజ్ఞ: "రేపు గోవాలో స్టాప్ కదా!".

క్రిష్: "అవును. ఎల్లుండి ముంబై. అదే మన లాస్ట్ స్టాప్!"

ప్రజ్ఞ: "ఉ....".

క్రిష్: "రెఢీగా ఉండు".

ప్రజ్ఞ, క్రిష్ చాలా క్వైట్ గా వాళ్ళు, వాళ్ళ ఆలోచనలలో ఉంటారు.

ప్రజ్ఞ: "ఒకే. గుడ్ నైట్!".

క్రిష్: "యె.. నేను కూడా వెళ్తాను".

క్రిష్ వచ్చి తన బాల్కనీలో కూర్చుంటాడు.

ప్రజ్ఞ తన బెడ్ మీద కూర్చుంటుంది.

టైమ్ 11 pm.

ప్రజ్ఞ, రూమ్ సర్వీస్ కి కాల్ చేసి "Can you please send cook Pardhu to my room. I am planning a party that I need to discuss with him".

పార్థు వచ్చి డోర్ మీద కొడతాడు. ప్రజ్ఞ డోర్ ఓపెన్ చేస్తుంది.

పార్థు: "Ma'am! You ask for me?".

ప్రజ్ఞ: "ఉ... రా లోపలికి".

పార్థు లోపలికి వస్తాడు.

కొన్ని సెకనుల నిశబ్దం...

ప్రజ్ఞ: "పార్థు! అది.... నేను నీకు డైరెక్ట్ గా చెపుతున్నాను. నాకు నువ్వంటే ఇష్టం. నీకు కూడా నేనంటే ఇష్టమని తెలుసు. ప్రణతి ని గర్ల్ ఫ్రెండ్ కాదని నాకు అర్థం అయింది".

పార్థు: "లేదు. You are mistaken Ma'am!".

ప్రజ్ఞ, పార్థు దగ్గరగా వచ్చి "పార్థు! ప్లీజ్ ప్రజ్ఞ అని పిలువు. మన ట్రిప్ అయిపోతోంది".

ప్రజ్ఞ: "నేను క్రిష్ ని పెళ్ళి చేసుకుంటే నీకు ఒకేనా?".

పార్థు: "నువ్వు ఎవరిని పెళ్ళి చేసుకుంటే, నాకేంటి!".

ప్రజ్ఞ: "పార్థు! నాకు తెలుసు నిన్నేదో వేధిస్తోంది. అందుకే నువ్వు నాతో ఇలా బిహేవ్ చేస్తున్నావు. ఏంటో చెప్పు".

పార్థు: "నువ్వు దీని గురించి పిలిచావ?".

ప్రజ్ఞ: "అవును! నీ మనసులో ఏముందో నాకు అర్థం కావాలి కదా!".

పార్థు: "నా మనసులో నీ గురించి ఏమి లేదు. సారీ నేను చాలా బిజీ. నీకు టైం పాస్ కావాలంటే ఇంకెవరినైన పిలిపించుకో!".

ప్రజ్ఞ అర్థంకానట్టు చూస్తూ "అంటే? నాకు తెలుసు నువ్వు బిజీ అని... కానీ ఇది మనకు ఇంపార్టెంట్..".

పార్థు: "నీకేమో! నాకు కాదు. నీలాగ టైమ్ వేస్ట్ చేసే టైమ్ నాకు లేదు. గుడ్ బై!".

ప్రజ్ఞ అడ్డుపడుతూ "What do you mean?".

పార్థు తన నుదురు కొద్దిగా స్క్రాచ్ చేసి, ఇరిటేషన్ చూపిస్తూ "ఈ జర్నీలో నేను నీ టైమ్ పాస్! అంతేగా?".

ప్రజ్ఞ అయోమయంగా "ఇందాకటి నుంచి అదే మాట! టైమ్ పాస్, టైమ్ పాస్! What do you mean by that?".

పార్థు విసురుగా వెళ్ళి బెడ్ మీద పడుకుని "Let's finish this. ఈ జర్నీలో నీకు నా మీద మోజు. అంతే కదా!".

పార్ధు మాటలకి ప్రజ్ఞ షాక్ అయ్యి, చికాకుగా "What? This is what you think of me? ఇదంతా మొన్న నైట్ నేను తాగి బిహేవ్ చేసినందుకా?".

పార్ధు విసురుగా లేస్తాడు.

ప్రజ్ఞ ఏడుస్తూ "నువ్వు కాబట్టే అలా చేశాను పార్ధు! నా లైఫ్ లో ఫస్ట్ టైమ్ ఒక అబ్బాయితో గొడవ పడింది అంటే అది నీతోనే, ప్రేమించింది కూడా నిన్నే!".

"హు.. I really thought, you like me too. మన స్టేటస్ డిఫరెన్స్ గురించి నువ్వు వర్రీ అవుతున్నావేమో అని నిన్ను కన్విన్స్ చేద్దాం అని అనుకున్నాను. అవసరం అయితే, అన్నీ వదులుకుని నీతో ఉందామని అనుకున్నాను. కానీ, నువ్వు....నాకు బాగా బుద్ధి చెప్పావు. నీ వెంట పడినందుకు, I deserve this".

ప్రజ్ఞ కళ్ళు తుడుచుకుని "అందరు రిచ్ పీపుల్ నువ్వు అనుకున్నట్లు ఉండరు పార్ధు!".

ఇద్దరు ఒకరినొకరు చూసుకుంటారు. ప్రజ్ఞ కంటి నుంచి నీరు కారుతూ ఉంటుంది.

పార్ధు: "ప్రజ్ఞ! నీకు, నాకు అసలు దేంట్లోను కుదరదు. ఇప్పుడు నేను ఎదురుగా ఉన్నాను కాబట్టి, నన్ను చూసి నువ్వు అట్రాక్ట్ అవుతున్నావు అంతే. ఈ ట్రిప్ అయిపోయాక, నేను కనిపించను. నువ్వు నన్ను మర్చిపోతావు".

ప్రజ్ఞ కంటి నుంచి నీరు కారుతూ "హు... నువ్వు నన్ను బాగా అర్ధం చేసుకున్నావు. కరెక్ట్! నేను జస్ట్ నీకు అట్రాక్ట్ అయ్యాను అంతే. లేకపోతే నేను నిన్ను ఇష్ట పడడం ఏంటి!!"

అని కళ్ళు తుడుచుకుంటు "You are right! ఏ విధంగా చూసిన, you don't deserve me. Get out!".

పార్ధు, ప్రజ్ఞని చూసి వెళ్తూ ఉంటే "ఆగు!".

కప్బోర్డు నుంచి స్కార్ఫ్ తీసి, పార్థు మొహం మీద కొట్టి, "I don't need your apology gift. I hate you. Never show your face to me" అని డోర్ వేసేస్తుంది.

ప్రజ్ఞ బిగ్గరగా ఏడుస్తూ బెడ్ మీద పడిపోతుంది.

పార్థు స్కార్ఫ్ పట్టుకుని, డోర్ బయట నిల్చుని ఉంటాడు. తనకి ప్రజ్ఞ ఏడుపు వినిపిస్తూ ఉంటుంది. చాలా ఎమోషనల్ అయ్యి డోర్ మీద కొట్టబోయి, ఆగి సైలెంట్ గా వెళ్ళిపోతాడు.

క్రిష్ బాల్కనీలో వెయిట్ చేసి మళ్ళీ కిందకు వస్తాడు.

క్రిష్ లిఫ్ట్ నుంచి బయటకు రాగానే, పక్క లిఫ్ట్ లో తన ఫ్రెండ్స్ ఎవరో అమ్మాయిని పట్టుకుని, పైకి తీసుకుని వెళుతూ కనిపిస్తారు.

క్రిష్ కొద్దిగా అనుమానంగా స్టేర్స్ ఎక్కి వాళ్ళ ఫ్లోర్ కి వెళ్తాడు. వాళ్ళతో ప్రణతిని చూస్తాడు. ప్రణతి మత్తుగా తూలుతు ఉంటుంది.

క్రిష్ వాళ్ళని ఆపుతాడు.

వాళ్ళు క్రిష్ ని చూసి తడబడుతు "హే క్రిష్...".

క్రిష్ వాళ్ళ చెంప మీద కొట్టి, ప్రణతిని పట్టుకుంటాడు.

క్రిష్ కోపంగా "మిమ్మల్ని తన జోలికి వెళ్ళొద్దని చెప్పానా!".

ఫ్రెండ్ 1 వ్యంగ్యంగా "నువ్వెప్పుడు శ్రీకృష్ణుడి నుంచి శ్రీరాముడివి అయ్యావురా!".

క్రిష్ కోపంగా "నేను ఎప్పుడైనా అమ్మాయిల వెంట పడడం చూశారా? అమ్మాయిలతో ఇలా బిహేవ్ చెయ్యడం చూశారా?".

క్రిష్ కోపంగా ఫింగర్ చూపిస్తూ "గర్ల్స్ 'ఎస్' అంటేనే.... Not like this. రేపు గోవా మీ లాస్ట్ స్టాప్! You both are not my friends anymore. Get out!" అరుస్తాడు.

ఫ్రెండ్ 2: "అరే క్రిష్, ఎందుకురా ఈ అమ్మాయి గురించి మన మధ్య గొడవలు. She is yours. Enjoy!" అని వెకిలిగా నవ్వుతాడు.

క్రిష్ వాళ్ళని కోపంగా చూస్తాడు. వాళ్ళు క్వైట్ గా వెళ్ళిపోతారు.

క్రిష్: "ప్రణతి! నీ రూమ్ ఎక్కడ?".

ప్రణతి మత్తుగా "ఉ..".

క్రిష్, ప్రణతితో తన రూమ్ కి వస్తాడు.

ప్రణతిని బెడ్ మీద పడుకోపెట్టి శాండిల్స్ తీస్తాడు.

చేర్ లో కూర్చుని ప్రణతినే చూస్తూ ఉంటాడు. ప్రణతి ప్రశాంతంగా పడుకుని ఉంటుంది. క్రిష్ మొహం అంతా కోపంతో ఎక్స్ప్లోడ్ అయ్యేటట్లు ఉంటుంది.

క్రిష్ వెంటనే ఎవరికో ఫోన్ చేస్తాడు.

మేనేజర్: "చెప్పండి సర్ ". తనతో ఏదో చెపుతాడు.

క్రిష్, ప్రణతిని తన రూమ్ లో వదిలి, ఏదో రూమ్ కి తన మేనేజర్ ఇంకా ఇద్దరితో వచ్చి, డోర్ మీద నాక్ చేస్తాడు.

ఫ్రెండ్స్ ఓపెన్ చేసి "ఏంట్రా ఆ బ్యూటీని వదిలి ఇలా వచ్చావు?".

క్రిష్ తన మేనేజర్ వంక ఇక్కడే ఉండండి అన్నట్టు చూస్తాడు.

క్రిష్ లోపలికి వెళ్ళి తలుపు వేస్తాడు.

కొంచెం సేపటి తరవాత.. క్రిష్ తన ఫుల్ హాండ్ షర్ట్ పైకుంది కిందకు జరుపుతూ బయటకు వస్తాడు.

క్రిష్, మేనేజర్ తో "ఇక్కడే ఉండి, వాళ్ళని రేపు మార్నింగ్ పోర్ట్ రాగానే, బయట పడేయండి".

మేనేజర్: "ఒకే సర్!".

మేనేజర్ లోపలకి వెళ్ళి ఆచర్యంగా "అ...".

వాళ్ళు కింద పడిపోయి, మొహం అంతా వాచి పోయి, లేవలేని పరిస్థితిలో ఉంటారు.

Chapter 14

ఉదయం.... ప్రణతికి మెళకువ వచ్చి ఉలిక్కిపడి లేస్తుంది. చూస్తే, ఎదురుగా క్రిష్ చేర్ లో కూర్చుని కళ్ళు మూసుకుని కనిపిస్తాడు.

ప్రణతి నెమ్మదిగా లేచి వెళ్తూ ఉంటే, అలికిడికి క్రిష్ లేస్తాడు.

క్రిష్: “ఓ.. లేచావ?”.

ప్రణతి ఇబ్బందిగా “నేను... మీ రూమ్ లో.. ?”.

క్రిష్ ఇబ్బందిగా “ఆ...అది. నిన్న నువ్వు కింద పడిపోయి ఉంటే, నేనే తీసుకుని వచ్చాను”.

ప్రణతి క్రిష్ ని సైలెంట్ గా చూస్తుంది.

క్రిష్ తడబడుతు “నువ్వు వర్రీ కాకు. ఏమి కాలేదు”.

ప్రణతి చూసి వెళ్తూ ఉంటే “నీతో మాట్లాడాలి”.

ప్రణతి ఆగుతుంది.

క్రిష్: “నిజంగా పార్థుతో నువ్వు ప్రేమలో ఉన్నావా?”.

ప్రణతి క్రిష్ ని చూస్తుంది.

క్రిష్: “కాదని నాకు తెలుసు”.

ప్రణతి: “పార్థు, నేను ఫ్రెండ్స్ అంతే!” అని వెళ్తూ ఉంటే “Wait. నిన్నొకటి అడగాలి”.

ప్రణతి: “సారీ సర్! నేను మిమ్మల్ని హ్యాపీ చెయ్యలేను”.

క్రిష్: “ఛ! దాని గురించి కాదు. నీకు అభ్యంతరం లేకపోతే, నేను నిన్ను పెళ్ళి చేసుకుంటాను”.

ప్రణతి ఆచర్యంగా చూస్తూ “పెళ్ళా?”.

క్రిష్: “Yes......I realized that I am in love with you”.

ప్రణతి ఆచర్యంగా చూస్తూ "అప్పుడు నేను అడిగితే, మీకు ప్రేమ మీద నమ్మకం లేదన్నారు. నా ప్రేమ వద్దన్నారు".

క్రిష్, ప్రణతికి కొంచెం దగ్గరగా వచ్చి "నేను మారిపోయాను ప్రణతి. నువ్వే నన్ను మార్చేసావు. నాకు నీ ప్రేమే కావాలి".

ప్రణతి చిన్నగా నవ్వి "నా ప్రేమ ఎప్పుడు మీతోనే ఉంటుంది" అని వెళ్ళబోతే

క్రిష్: "అంటే, do you love me too?".

ప్రణతి, క్రిష్ ని చూసి "నిన్న రెస్టారెంట్ లో నేను చెప్పింది మీకు అర్థం కాలేదా?".

క్రిష్: "అయింది. మరి నన్ను పెళ్ళి చేసుకో?".

ప్రణతి: "లేదు. నా గురించి మీకు ఏమి తెలియదు".

క్రిష్: "నాకు నువ్వు బాగా తెలుసు. నీతో కలిసి ఉన్నాను. నీకు ఇప్పుడు చెప్పిన అర్థం కాదు".

ప్రణతి చిన్నగా నవ్వి "నేను మీకు ఏ విధంగా సరిపోను. నన్ను చేసుకుంటే, మీరు తరవాత హ్యాపీగా ఉండలేరు. మీ స్టేటస్ కి తగిన అమ్మాయిని చూసి పెళ్ళి చేసుకోండి".

క్రిష్: "ప్రణతి ప్లీజ్. నేను నిన్ను కలిసినప్పటి నుంచి వేరే అమ్మాయిని చూడలేదు. నేను ఇంక ఎప్పటికీ ఎవరిని చూడలేను. I really love you. నా మనసులో ఎవరు నిన్ను రీప్లేస్ చెయ్యలేరు".

ప్రణతి మౌనంగా చూసి వెళ్ళబోతే... "పోని! మనం ఇద్దరం ఫ్రెండ్స్ లా ఉందామా?".

ప్రణతి: "నాకు మీరంటే ప్రేమ ఉన్నప్పుడు జస్ట్ ఫ్రెండ్ లా మీకు దగ్గరగా ఉండలేను. మీకు దూరంగా మీ లవర్ గా ఉంటాను. Good bye sir. I wish you all the best".

క్రిష్: "ప్రణతి! సర్ కాదు. నా అసలు పేరు కృష్ణ. ఒక్కసారి ఆ పేరుతో పిలుస్తావ?".

ప్రణతి, క్రిష్ ని చూసి “కృష్ణ!”.

క్రిష్ కళ్ళలో నీళ్ళు తిరుగుతాయి.

క్రిష్: “ప్రణతి! నువ్వు ఒక సారి డాన్స్ చేస్తావా?” అని ఫ్లూట్ చూపిస్తాడు.

ప్రణతి సైలెంట్ గా ఉంటుంది.

క్రిష్ ఫ్లూట్ ప్లే చేస్తాడు. ప్రణతి ఊగుతూ డాన్స్ చేస్తుంది.

కొంచెం సేపటి తరవాత, క్రిష్ ఫ్లూట్ ఆపేస్తాడు. ప్రణతి కూడా డాన్స్ చెయ్యడం ఆపి, క్రిష్ ని చూస్తుంది.

క్రిష్ వేగంగా వచ్చి ప్రణతిని కిస్ చేస్తాడు.

క్రిష్, ప్రణతి కళ్ళలోకి చూస్తూ “నీకు తెలియదు ప్రణతి నువ్వు నాకు ఎంత స్పెషల్ లో. నేను నా లైఫ్ లో ఫస్ట్ టైమ్ ఒక అమ్మాయిని కిస్ చేశాను”.

ఇద్దరు ఒకరి నొకరు చూసుకుంటూ అలానే ఉండి పోతారు.

ప్రణతి కళ్ళు నీళ్ళతో క్రిష్ ని చూసి “నేను వెళ్తాను కృష్ణ!”.

క్రిష్, ప్రణతిని వదల లేకపోతాడు.

క్రిష్, ప్రణతిని హగ్ చేసి “ప్రణతి! మళ్ళీ ఆలోచించు”.

ప్రణతి చిన్నగా నవ్వి క్రిష్ ని వదిలి వెళ్ళిపోతుంది.

క్రిష్, ప్రణతిని ఆపలేకపోతాడు.

ప్రణతి కిందకు వచ్చే సరికి పార్థు తన క్యాబిన్ దగ్గర వెయిట్ చేస్తూ కనిపిస్తాడు.

పార్థు కంగారుగా “ప్రణతి! రాత్రంతా ఏమై పోయావు. నాకు ఇప్పుడే సుష్మా చెప్పింది”.

ప్రణతి బిగ్గరగా ఏడుస్తూ పార్థుని హగ్ చేస్తుంది.

పార్థు అయోమయంగా చూస్తాడు.

పార్థు: “ఏ ఏమైంది?”.

ప్రణతి కళ్ళు తుడుచుకుంటు "పార్థు! నేను ఇంక క్రూజ్ లో ట్రావెల్ చెయ్యలేను. హైదరాబాద్ కి ట్రైన్ లేదా ఫ్లయిట్ ఏది దొరికితే అది. వెళ్ళిపోతాను".

పార్థు కంగారుగా "ఏమైంది ప్రణతి?".

ప్రణతి కళ్ళు తుడుచుకుంటూ "నేను ఇక్కడ ఇంక ఉండలేను పార్థు".

పార్థు: "సరే! నేను టికెట్ చూస్తాను".

ప్రజ్ఞ ఒక రూమ్ డోర్ మీద కొడుతుంది.

క్రిష్ డోర్ ఓపెన్ చేస్తే, ప్రజ్ఞ రెడీ అయ్యి తన లగేజ్ తో నిల్చుని ఉంటుంది. ప్రజ్ఞ మొహం అంతా ఏడ్చి, ఏడ్చి కందిపోయి ఉంటుంది.

క్రిష్ కంగారుగా "ఏ ప్రజ్ఞ! ఏమైంది?".

ప్రజ్ఞ ఏడుస్తూ, బెంగగా "Can I hug you?".

క్రిష్, ప్రజ్ఞని హగ్ చేస్తాడు.

ప్రజ్ఞ: "క్రిష్! నేను ఫ్లయిట్ లో హైదరాబాద్ వెళ్ళిపోతాను. నాకు క్రూజ్ లో ఉండాలని లేదు. Please book my ticket".

ప్రజ్ఞ, పార్థు గొడవ పడ్డారని, క్రిష్ కి అర్థం అవుతుంది.

క్రిష్ ఓదారుస్తూ "Ok. I will take care of it".

షిప్ గోవా పోర్ట్ లో ఆగుతుంది.

పార్థు, ప్రణతిని ట్రైన్ ఎక్కించి, షిప్ కి తిరిగి వచ్చి కుకింగ్ లో పడిపోతాడు.

క్రిష్, ప్రజ్ఞని ఫ్లయిట్ ఎక్కించి మళ్ళి షిప్ కి వస్తాడు.

రాత్రి క్రిష్ డిన్నర్ కి వెళ్తాడు.

క్రిష్ అక్కడి వేటర్ తో "కుక్ పార్థుని పిలవండి".

పార్థు వస్తాడు. పార్థుకి ఒక్క క్రిష్ మాత్రమే టేబుల్ దగ్గర కనిపిస్తాడు.

పార్థు: "సర్! మీరు పిలిచారు".

క్రిష్ నవ్వి "కూర్చో!".

పార్థు నిలబడే "It's ok sir".

క్రిష్: "No. I insist. కూర్చో".

పార్థు కూర్చుంటాడు.

క్రిష్ సైలెంట్ గా వాటర్ గ్లాస్ తిప్పుతూ ఉంటాడు.

పార్థు: "Sir! Ma'am రాలేదు".

క్రిష్ చిన్నగా నవ్వుతు "Hmm... Ma'am.. వెళ్ళిపోయింది".

పార్థు ఆచర్యంగా "ఓ..".

క్రిష్, పార్థుని గ్లాన్స్ చేసి, మళ్ళి గ్లాస్ ని చూస్తూ "తను నీకు కనిపించకపోతే నువ్వు హ్యాపీనే కదా! నీకు, తనకి ఎప్పుడూ గొడవే!".

పార్థు: "అలా ఏమి లేదు సర్! She will be your wife. అంటే మా Ma'am!".

క్రిష్ చిన్నగా నవ్వుతు "తను నీ Ma'am కాలేదు. She said she can't marry me. తనకు నన్ను చూస్తే ఒక బ్రదర్ లా అనిపించానంట! స్ట్రేంజ్ నాకూ తనంటే చిన్న పిల్ల, సిస్టర్ అన్న ఫీలింగే వచ్చింది".

పార్థు, క్రిష్ వంక ఆచర్యంగా చూస్తాడు.

క్రిష్, పార్థుని మళ్ళి ఒక సారి చూసి, మళ్ళి గ్లాస్ ని చూస్తూ "తన మనసులో ఎవరో ఉన్నారంట! కాని ఆ అబ్బాయికి ప్రజ్ఞ ఇష్టం లేదంట! ఆ అబ్బాయి ఏం మిస్ చేసుకుంటున్నాడో తనకి అర్థం కావడం లేదు. I pity him!".

పార్థు సైలెంట్ గా కూర్చుంటాడు.

క్రిష్: "అవునూ...నీ ఫ్రెండ్ ప్రణతి కనిపించడం లేదు. Is she ok?".

పార్థు: "తను వెళ్ళిపోయింది సర్".

క్రిష్ ఆదుర్దాగా "వెళ్ళిపోయిందా? ఎక్కడికి వెళ్ళింది?".

పార్థు: "హైదరాబాద్" అని ఆగి "సర్! నేను మిమ్మల్ని చాలా సార్లు అడుగుదామనుకున్నాను. మీకు ప్రణతి ఎలా పరిచయం?".

క్రిష్ చిన్నగా నవ్వి "కలలో".

పార్థు, క్రిష్ ని అర్థంకానట్టు చూసి "కల?".

క్రిష్ లేస్తూ "Yes. Dream! I want to make my dream into reality!"

క్రిష్ తన వాలెట్ నుంచి ఒక పెద్ద మనీ కట్ట ఇస్తూ "Thanks for the fantastic food. Keep this".

పార్థు: "Sorry sir. I can't accept this".

క్రిష్: "ఇది ప్రజ్ఞ నీకు ఇవ్వమని చెప్పింది. తనకి నీ ఋణం వద్దంట! పోనీ, తన గుర్తుగా ఉంచుకో!".

పార్థు సైలెంట్ గా తీసుకుంటాడు.

క్రిష్: "ఇది మన లాస్ట్ నైట్! హు... నువ్వు, నేను మిగిలాము. స్ట్రేంజ్! ఇద్దరు గర్ల్స్ హర్ట్ అయ్యి షిప్ నుంచి వెళ్ళిపోయారు".

పార్థు, క్రిష్ ఒకరినొకరు చూసుకుంటారు. క్రిష్ వెళ్ళిపోతాడు.

పార్థు ఎమోషనల్ గా మనీ వంక చూస్తూ ఉండిపోతాడు.

క్రిష్ సైలెంట్ గా తన రూమ్ బాల్కనీలోకి వెళ్ళి నిల్చుంటాడు.

క్రిష్ కి ప్రణతి అక్కడ నిల్చుని తన వంక చూస్తునట్లు అనిపిస్తుంది.

క్రిష్ తన ఫ్లూట్ తెచ్చి ప్లే చేస్తాడు. ప్రణతి అదృశ్యమవుతుంది.

క్రిష్ కళ్ళలో నీళ్ళతో "ప్రణతి! నేను నిన్ను ఎందుకు ఆపలేకపోయాను? మనం ఆ రాధ, కృష్ణులలానే విడిపోయామా? Not fair!".

క్రిష్ ఫ్లూట్ ని పట్టుకుని, ఫస్ట్ టైమ్ గుండె పగిలేలా ఏడుస్తాడు.

ప్రజ్ఞ హైదరాబాద్ లో తన ఇంటికి వెళ్తుంది.

పప్పా: "హే పప్పి! ఇంకో 2 డేస్ లో రావాల్సింది అప్పుడే వచ్చేసావు?".

పప్పి చాలా సైలెంట్ గా చూసి తన రూమ్ కి వెళ్ళిపోతుంది.

ఎప్పుడు బబ్లీగా ఉండే ప్రజ్ఞని అంత సైలెంట్ చూడడం ఇదే ఫస్ట్ టైమ్. ప్రజ్ఞ పేరెంట్స్ ఒకరి మొహం ఒకరు చూసుకుంటారు.

పార్థు మళ్ళీ ముంబై నుంచి చెన్నైకి రిటర్న్ క్రూజ్ లో పనిచేస్తూ వస్తాడు. క్రూజ్ లో ఉన్నంత సేపు ప్రజ్ఞ గురించే ఆలోచిస్తూ ఉంటాడు. ప్రజ్ఞతో తన గొడవ, తను ప్రజ్ఞని ఎప్పుడు టీజ్ చేస్తూ ఉండడం, ప్రజ్ఞ బుంగమూతి గుర్తుకు వస్తు ఉంటాయి. పార్థు చాలా ఎమోషనల్ అయిపోతాడు.

క్రిష్ ముంబైలోనే బిజినెస్ కోసం కొన్ని రోజులు ఉండి పోతాడు. బిజినెస్ తో చాలా బిజీ అయిపోతాడు.

క్రిష్ ఒక పాష్ హోటల్ లో నడుస్తూ ఉంటే. .."Hey Krish!".

క్రిష్ వెనక్కి తిరిగి చూస్తాడు.

ఒక గర్ల్ మాడ్రన్ శారీ వేసుకుని "ముంబై కబ్ ఆఏ?".

క్రిష్: "దస్ దిన్ హోగయే".

ఆ గర్ల్, క్రిష్ షర్ట్ బటన్ టచ్ చేస్తూ "తు ముంబై ఆకే దస్ దిన్ హోగయే, ఔర్ ముఝే కాల్ నహి కీయ? How about tonight?".

క్రిష్ చిన్నగా నవ్వి, ఆమె చెయ్యి తీసేస్తూ "I am not interested anymore. Delete my number from your cell" వెళ్ళిపోతాడు.

ఆమె క్రిష్ ని ఆచర్యంగా చూస్తూ ఉండిపోతుంది.

క్రిష్ పగలంతా బిజినెస్ మీటింగ్స్ తో బిజీగా ఉన్నా, రాత్రి మాత్రం తన రూమ్ లో కూర్చుని, ఫ్లూట్ ప్లే చేస్తూ ప్రణతిని గుర్తు తెచ్చుకుంటూ ఉంటాడు. ప్రణతి తన వైపు డెక్ నుంచి చూడడం, కలలో తనతో గడిపిన రోజులు తలచుకుంటూ ఎమోషనల్ అవుతు ఉంటాడు. ఫ్లూట్ ని తన గుండెల

హత్తుకుని పడుకుంటే, ప్రణతి తన చెస్ట్ మీద తల పెట్టుకుని పడుకున్న ఫీలింగ్ వస్తు ఉంటుంది.

ప్రణతి టూ డేస్ ట్రైన్ జర్నీ చేసి ఇంటికి వెళ్తుంది.

ప్రణతి గేట్ తీసుకుని ఇంట్లోకి వెళ్తుంది. ప్రణతి వాళ్ళు ఉండేది చాలా చిన్న రెంటల్ హౌస్.

ప్రణతి తమ్ముడు: "అమ్మ! అక్క వచ్చింది".

ప్రణతి పేరెంట్స్ వస్తారు.

ప్రణతి లోపలికి వచ్చి కూర్చుంటుంది.

ప్రణతి నాన్న: "ఎమ్మా ఇంకో పది రోజులలో రావాల్సింది అప్పుడే వచ్చేసావు?".

ప్రణతి నెమ్మదిగా "నా జాబ్ పోయింది నాన్న!".

ప్రణతి అమ్మ: "అయ్యో! ఏమైంది?".

ప్రణతి: "నేను కొన్ని మిస్టేక్స్ చేశాను. అందుకే తీసేశారు. అక్కడ నాకు చాలా స్ట్రెస్ ఎక్కువైంది. ఎలానో, నేనే మానేద్దాం అనుకుంటున్నాను".

ప్రణతి నాన్న తల నిమిరి "పోనీలే! నువ్వు ఆ జాబ్ చెయ్యడం నాకు కూడా ఇష్టం లేదు. అంతా మన మంచికే అనుకోవాలి".

ప్రణతి అమ్మ కాఫీ తెస్తుంది.

అమ్మ: "మరి నువ్వు ఇప్పుడు ఏం చేద్దామని?".

నాన్న: "అది అలసిపోయి ఇప్పుడే వచ్చింది. రెస్ట్ తీసుకోని".

ప్రణతి కాఫీ తాగుతు దిగులుగా "ఏముంది. మళ్ళీ జాబ్ కోసం వెతకాలి".

రెండు వారాల తరవాత, హైదరాబాద్ జల్ విహార్ కంపెనీ హెడ్ క్వాటర్స్ కి వచ్చి వర్క్ చేస్తాడు.

క్రిష్ హైదరాబాద్ తిరిగి వస్తాడు.

క్రిష్ డాడ్: “Welcome back my boy. How was your trip?”.

క్రిష్ చిన్నగా నవ్వి “Fine Dad!”.

క్రిష్ డాడ్: “So...”.

క్రిష్ చూసి “So what?”.

క్రిష్ డాడ్: “What do you think about Pragnya?”.

క్రిష్: “ప్రజ్ఞ కే నైస్ గర్ల్”.

క్రిష్: “అయితే నా ఫ్రెండ్ తో మాట్లాడి ముహూర్తాలు పెట్టిస్తాను”.

క్రిష్: “Wait Dad! ప్రజ్ఞ నో చెప్పింది”.

క్రిష్ డాడ్ షాక్ అవుతూ “What? నువ్వు నచ్చలేదా? నువ్వు మళ్ళీ వేరే అమ్మాయిల వంక చూశావా?”.

క్రిష్: “లేదు డాడ్!”.

క్రిష్ డాడ్: “నువ్వు గర్ల్స్ ని బానే బుట్టలో వేసుకుంటావు కదా. మరి ప్రజ్ఞతో ఏంటి ప్రాబ్లెం?”.

క్రిష్ చిన్నగా నవ్వి “నేను ఎవ్వరిని, ఎప్పుడు బుట్టలో వెయ్యలేదు. వాళ్ళే పడిపోతారు”.

క్రిష్ డాడ్: “నువ్వు ప్రజ్ఞ మీద ఇంటరెస్ట్ చూపించి ఉంటే... పడేది. ఛ! మంచి సంబంధం మిస్ అయ్యావు”.

క్రిష్ సైలెంట్ గా తన వర్క్ చేసుకుంటూ ఉంటాడు.

క్రిష్ డాడ్ చికాకుగా “నువ్వే తన వెంట పడాల్సింది!”.

క్రిష్ సైలెంట్ గా చూసి “డాడ్! నా లైఫ్ లో నేను ఒక్క అమ్మాయి వెంట తప్ప ఎవరి వెంట పడలేదు. పడలేను. నేను ఆ అమ్మాయిని తప్ప, వేరెవరి గురించి ఆలోచించను”.

క్రిష్ డాడ్ అయోమయంగా “ఏ అమ్మాయి?”.

క్రిష్: "Will talk later. నాకు ఇప్పుడు మీటింగ్ ఉంది" వెళ్ళిపోతాడు.

క్రిష్ డాడ్, క్రిష్ లో వచ్చిన మార్పు గమనిస్తూ ఉంటాడు. క్రిష్ పూర్తిగా బ్యాడ్ హాబిట్స్ నుంచి దూరంగా ఉంటాడు. బిజినెస్ మీద ఇంకా ఫోకస్ ఎక్కువ పెడతాడు. డాడ్ ఆచర్యపోతాడు.

కొన్ని మంత్స్ తరవాత....

రామ్: "క్రిష్! నువ్వు ట్రిప్ నుంచి వచ్చాక, నీలో చాలా మార్పు వచ్చింది. No smoking. No drinking. No girls...I am happy. నీలో ఈ చేంజ్ ఎలా వచ్చింది?".

క్రిష్: "నా ప్రేమ వల్ల".

రామ్, క్రిష్ ని షాక్ అయ్యి చూస్తూ "ప్రేమ? ఫస్ట్ టైమ్ నీ నోటి నుంచి ఆ మాట వింటున్నాను. ఎవరా అమ్మాయి? క్రూజ్ లో కలిసిందంటే, బాగా రిచ్ అన్నమాట. చెప్పు. వెంటనే మీ పెళ్ళి చేస్తాను".

క్రిష్, తన డాడ్ ని గ్లాన్స్ చేసి "ప్రణతి. She is very poor. మన క్రూజ్ కంపెనీలో వేటర్ గా పని చేసేది".

రామ్ చికాకుగా "వేటరా? నీకు ఇంకెవరు ప్రేమించడానికి దొరకలేదా?".

క్రిష్ చిన్నగా నవ్వి "ప్రేమించడానికి స్టేటస్ అవసరం లేదు డాడ్".

రామ్: "కాని పెళ్ళికి కావాలి".

క్రిష్ విరక్తిగా నవ్వి "తెలుసు. తనకు అది తెలిసే, తను నాకు సరికాదని, తనే నన్ను పెళ్ళి చేసుకోలేనని వెళ్ళిపోయింది".

రామ్: "Oh...Good. Very understanding girl. Anyway, you look fine to me".

క్రిష్ ఏదో ఆలోచిస్తూ "పైకి చూపిస్తేనే బాధ ఉన్నట్టా!".

రామ్, క్రిష్ ని అనుమానంగా చూసి "నువ్వు తొందరగా పెళ్ళి చేసుకుంటే, ఇదంతా మరచిపోతావు".

క్రిష్ చిన్నగా నవ్వి వెళ్ళిపోతాడు.

రామ్ అర్ధం కాని మొహంతో, మనసులో "ఇంతకి, వీడు పెళ్ళి చేసుకుంటాడా? లేదా?".

కొన్ని మంత్స్ తరవాత, ఏదో బిజినెస్ ఫంక్షన్ లో....

రామ్: "Narendra! Meet my son Krish".

క్రిష్: "Hello sir. I heard a lot about you. బిజినెస్ లో మీ ఐడియాస్ తో నేను చాలా ఇన్స్పైర్ అయ్యాను".

నరేంద్ర నవ్వి "Really! నేను బిజినెస్ గురించి రాసిన బుక్ చదివావా?".

క్రిష్: "Yes. I learned a lot from that book".

నరేంద్ర: "Nice. ఇప్పుడే నేను, మీ డాడ్ ని గురించే మాట్లాడుతున్నాము. You are the most eligible bachelor. Would you like to meet my daughter?".

క్రిష్ ఇబ్బందిగా "అది..".

రామ్: "Just get to know each other Krish!".

నరేంద్ర ఎవరినో చూస్తూ "Sreeja! Come here".

ఒక అందమైన అమ్మాయి నవ్వుతు వచ్చి "ఏంటి డాడ్?".

క్రిష్, శ్రీజ వంక చూస్తాడు. చాలా మంచిగా అనిపిస్తుంది. క్రిష్ కి ఆమె మొహంలో ఒక గ్లో కనిపిస్తుంది.

నరేంద్ర: "Sreeja! Meet Krish. Ram uncle's son. Very intelligent".

శ్రీజకి క్రిష్ ని చూడగానే చాలా నచ్చేస్తాడు.

శ్రీజ: “Hello!” అని షేక్ హ్యాండ్ ఇస్తుంది.

రామ్: “మీరిద్దరు మాట్లాడుకోండి”.

నరేంద్ర, రామ్ వెళ్ళిపోతారు.

క్రిష్, శ్రీజ ఇద్దరు ఒకరినొకరు చూసుకుని చిన్నగా నవ్వుతారు.

క్రిష్: “మీరు ఏం చేస్తారు?”.

శ్రీజ: “నేను MBA చేశాను. ఇప్పుడిప్పుడే డాడ్ కి బిజినెస్ లో హెల్ప్ చెయ్యడం మొదలు పెట్టాను”.

క్రిష్: “Nice!”.

శ్రీజ: “డాడ్ మీ గురించి ఎప్పుడు చెపుతూ ఉంటారు. ఆయన చెప్పిన దాని కంటే, మీరు ఇంకా ఛార్మింగ్ గా ఉన్నారు. మీలో ఏదో అట్రాక్షన్ ఉంది”.

క్రిష్ చిన్నగా నవ్వు తాడు. వాళ్ళిద్దరు చాలా సేపు మాట్లాడుకుంటారు.

రామ్, నరేంద్ర వీళ్ళని చూసి “Cheers!” అని డ్రింక్ చేస్తారు.

క్రిష్, శ్రీజ మళ్ళి ఒకసారి కలిసి మాట్లాడుకుంటారు.

కొన్ని రోజుల తరవాత.. క్రిష్ తన ఫార్మ్ హౌస్ వెళ్తూ ఉంటే, శ్రీజ ఫోన్ చేస్తుంది.

క్రిష్: “Hello!”.

శ్రీజ: “Hi Krish! ఈ ఈవినింగ్ నువ్వు ఫ్రీ ఉన్నావా?”.

క్రిష్: “I am going out. మళ్ళి నైట్ కి వస్తాను. Why did you ask?”.

శ్రీజ: “నైట్ డిన్నర్ కి వెళ్దాం అనుకున్నా. It’s ok”.

క్రిష్: “నేను అనిమల్ ఫార్మ్ వెళ్తున్నాను. నీకు ఇంటరెస్ట్ ఉంటే, you can join me”.

శ్రీజ హ్యాపీగా “Sure. Will join”.

క్రిష్: “Ok. I will pick you up”.

ఇద్దరు అనిమల్ ఫార్మ్ వస్తారు.

క్రిష్ తన ఆనిమల్స్ ని చాలా ముద్దుగా పెట్ చేస్తూ ఉంటాడు.

శ్రీజ: "నీకు ఆనిమల్స్ అంటే ఇష్టమా?".

క్రిష్: "Very much!".

శ్రీజ: "నువ్వు ఫ్లూట్ బాగా ప్లే చేస్తావంట కదా! అంకుల్ చెప్పారు".

క్రిష్ చిన్నగా నవ్వి "బాగా అంటే... Not sure. జస్ట్ ప్లే చేస్తాను".

శ్రీజ: "అయితే నా కోసం ఈ రోజు ప్లే చెయ్యాలి".

క్రిష్: "సరే. డిన్నర్ అయ్యాక చేస్తాను".

ఇద్దరు డిన్నర్ చేసి, వాళ్ళ గార్డెన్ లో కూర్చుంటారు.

శ్రీజ: "Krish! flute".

క్రిష్: "Oh... I will get it" అని లోపలికి వెళ్ళాడు.

క్రిష్ ఫ్లూట్ తీసుకుని వచ్చి బెంచ్ మీద కూర్చుని ప్లే చేస్తూ ఉంటాడు.

శ్రీజ ఎదురుగా నిల్చుని వింటూ ఉంటుంది.

క్రిష్ ఫ్లూట్ ప్లే చెయ్యడం అయిపోతుంది. శ్రీజ క్లాప్స్ కొడుతూ "Wow! Very nice".

క్రిష్ తల దించుకుని "అంతేనా?".

శ్రీజ అర్థంకానట్టు చూస్తూ "చాలా బాగా ప్లే చేశావు క్రిష్. I am impressed!".

క్రిష్: "నీకు ఇంక ఏమి అనిపించలేదా?".

శ్రీజ: "అంటే!".

క్రిష్: "నీకు డాన్స్ చెయ్యాలని అనిపించలేదా?".

శ్రీజ నవ్వుతు "Me? Dance? No way!".

క్రిష్ చిన్నగా నవ్వి ఊరుకుంటాడు.

క్రిష్ మళ్ళీ ఫ్లూట్ ప్లే చేస్తాడు. క్రిష్ కి ప్రణతి కనిపిస్తుంది. చాలా ఎమోషనల్ అవుతాడు.

క్రిష్ మనసులో "నేను ప్రణతిని ఎప్పటికీ మర్చిపోలేనా?".

వర్క్ లో ..

క్రిష్ డాడ్: "క్రిష్! శ్రీజతో ని డేటింగ్ ఎలా నడుస్తోంది? Do you like her?".

క్రిష్: "డేటింగ్ అంటే.. టూ టైమ్స్ కలిసాము. She is nice. I am getting to know her".

రామ్: "ఎందుకంటే, వేరే అమ్మాయి కూడా ని మీద ఇంటరెస్ట్ చూపిస్తోంది".

క్రిష్: "Oh... Really!".

రామ్: "Ya...ఫైనాన్స్ మినిస్టర్ డాటర్. సత్య అంట. నిన్ను ఏదో పార్టీలో చూసిందంట. కలవాలని అంటోంది. నీకు ఇంకా శ్రీజ మీద ఏమి ఒపీనియన్ లేదు కాబట్టి, సత్యని కూడా ఒక సారి కలిసి మాట్లాడు. నీకు ఎవరు నచ్చితే వాళ్ళతో ని మ్యారేజ్. ఏమంటావు?".

క్రిష్ ఆలోచిస్తూ "Will see".

Chapter 15

ఒక రోజు....

క్రిష్ ఒక రెస్టారెంట్ ముందు నిల్చుంటాడు. దాని మీద "Pardhu's Garden" అని రాసి ఉంటుంది.

క్రిష్ లోపలికి వెళ్తాడు. రెస్టారెంట్ అంతా ఒక గార్డెన్ లా ఉంటుంది. కస్టమర్స్ తో చాలా బిజీగా ఉంటుంది.

వేటర్ వచ్చి "How many people?".

క్రిష్: "One".

వేటర్: "Wait for 5 minutes sir".

క్రిష్ గాగుల్స్ పెట్టుకుని, చుట్టు చూస్తూ "Not bad" అనుకుంటాడు.

వేటర్: "Table is ready sir. Come this way".

క్రిష్ ఒక టేబుల్ దగ్గర కూర్చుని, గాగుల్స్ తీసి మెను చెక్ చేస్తాడు.

వేటర్: "What do you like to order sir?".

క్రిష్: "ఇక్కడ అన్నింటిలోకి ఏ డిష్ బాగుంటుంది?".

వేటర్: "అన్నీ బాగుంటాయి".

క్రిష్: "నేనే మీ ఓనర్ తో మాట్లాడతాను. పిలువు".

వేటర్: "You mean Pardhu sir?".

క్రిష్: "అవును. పార్థు సర్!".

వేటర్ ఇబ్బందిగా "తను కిచెన్ లో బిజీగా ఉన్నారు".

క్రిష్ చిన్నగా నవ్వి "క్రిష్ సర్ వచ్చారని చెప్పు!".

వేటర్ ఇబ్బందిగా చూసి వెళ్తాడు.

క్రిష్ మనసులో "పార్థు నుంచి పార్థు సర్ అయిపోయాడు. Nice!".

కిచెన్ లో...

వేటర్: "సర్! ఎవరో క్రిష్ సర్ అంట. మిమ్మల్ని అడుగుతున్నారు".

పార్ధు వెనక్కి తిరిగి, ఆచర్యంగా "క్రిష్ సర్ ?".

పార్ధు తన ఆప్రన్ తీసి వచ్చి చూస్తాడు.

పార్ధు ఆచర్యంగా "Sir! How are you?".

క్రిష్: "ఆ.. పార్ధు! ఎలా ఉన్నావు? క్రూజ్ తరవాత, నిన్ను ఇదే కలవడం. వన్ ఇయర్ అయింది".

పార్ధు: "అవును సర్!".

క్రిష్: "నువ్వు కూడా సర్ అయిపోయావు. కూర్చో".

పార్ధు కూర్చుంటాడు.

క్రిష్: "మా కంపెనీలో ఎంక్వయిరీ చేస్తే నువ్వు 6 మంత్స్ కిందటే కంపెనీ వదిలేసి ఈ రెస్టారెంట్ స్టార్ట్ చేశావాని తెలిసింది. జస్ట్ కలుద్దామని వచ్చాను".

పార్ధు: "So nice of you sir!".

క్రిష్: "బిజినెస్ బాగా నడుస్తోంది కదా?".

పార్ధు: "బానే నడుస్తోంది సర్!".

క్రిష్: "అవును! నీ రెస్టారెంట్ నడవకపోతే ఇంకెవరిది నడవదు. మా కంపెనీ ఒక బ్రిలియంట్ షఫ్ ని మిస్ చేసుకుంది".

పార్ధు చిన్నగా నవ్వుతాడు. ఇద్దరు క్వైట్ గా ఉంటారు.

పార్ధు ఇబ్బందిగా "అందరు బాగున్నారా సర్?".

క్రిష్, పార్ధుని చూస్తూ "అందరు అంటే?".

పార్ధు నెమ్మదిగా "Ma'am!".

క్రిష్: "Ma'am? నాకు ఇంకా పెళ్ళి కాలేదు".

పార్ధు ఇబ్బందిగా నవ్వుతు "ఓ..".

ఇద్దరు మళ్ళీ క్వైట్ గా ఉంటారు.

పార్థు తల దించుకుని "ప్రజ్ఞ మేడమ్ ఎలా ఉన్నారు?".

క్రిష్, పార్థుని గ్లాన్స్ చేసి, ఏదో గుర్తుకి వచ్చినట్లు "యా.. ప్రజ్ఞ! మర్చిపోయాను. ఈ రోజు రాత్రి తన మ్యారేజ్ కి వెళ్ళాలి. నువ్వు గుర్తు చేసి మంచిదైయింది".

పార్థు, క్రిష్ ని షాక్ అయ్యి చూస్తూ "ప్రజ్ఞ పెళ్ళి చేసుకుంటోందా?".

క్రిష్: "ఆ... అవును. మొన్నే తను వెడ్డింగ్ కార్డ్ ఇవ్వడానికి వచ్చినప్పుడు కలిశాను. తను ప్రేమించిన అబ్బాయి కోసం చాలా ఎదురు చూసిందట! తను ఒక్కసారి కూడా తనని కలవడానికి రాలేదంట! తనంటే ఆ అబ్బాయికి ఇష్టం లేదని కన్ఫర్మ్ అయినందుకు చాలా ఏడ్చింది. పేరెంట్స్ గొడవ చేస్తే, తప్పదని పెళ్ళికి ఒప్పుకుంది".

పార్థు క్వైట్ గా కూర్చుంటాడు.

క్రిష్: "అదేంటి తన మ్యారేజ్ కేటరింగ్ కి నిన్నే సెలెక్ట్ చేస్తుందని అనుకున్నాను. నీ ఫుడ్ తన soul ని టచ్ చేసినట్లు ఎవరి ఫుడ్ చెయ్యలేదని నాతో చెప్తూ ఉండేది".

పార్థు: "ఎక్కడ సర్ తన మ్యారేజ్?".

క్రిష్ ఒక వెడ్డింగ్ కార్డ్ తీసి ఇస్తాడు. పార్థు తీసుకుంటాడు.

క్రిష్: "ఇంకేంటి? నువ్వు ఇంకా మ్యారేజ్ చేసుకోలేదా?".

పార్థు: "లేదు సర్. ఇప్పుడిప్పుడే సెటిల్ అవుతున్నాను".

క్రిష్: "నువ్వు ఎవరినైనా ఇష్ట పడుతున్నావా?".

పార్థు ఇబ్బందిగా "నేనా సర్?".

క్రిష్, పార్థునే చూస్తూ ఉంటాడు.

క్రిష్ లేస్తూ "పార్థు! నువ్వు ఎవరినైనా ఇష్ట పడితే వదులుకోకు. అనుభవంతో చెపుతున్నాను".

పార్థు మౌనంగా ఉంటాడు.

క్రిష్: "Ok. All the best with your business".

పార్థు లేస్తూ "సర్! మీరేమి తీసుకుంటారో చెప్పలేదు".

క్రిష్ చిన్నగా నవ్వుతు "నేను వచ్చిన పని అయిపోయింది" అని గాగుల్స్ పెట్టుకుని వెళ్ళిపోతాడు.

పార్థు వెడ్డింగ్ కార్డ్ పట్టుకుని చేర్ లో కూర్చుండిపోతాడు.

ఆ రోజు రాత్రి, పార్థు తన బైక్ మీద ఒక పాష్ మ్యారేజ్ హాల్ కి వెళ్తాడు.

బైక్ గోడ పక్కగా పార్క్ చేసి, ఎంట్రన్స్ దగ్గరకు వెళ్తాడు. పార్థు జీన్స్ పాంట్, వైట్ షర్ట్ వేసుకుని చాలా హాండ్సమ్ ఉంటాడు.

అక్కడ సెక్యూరిటీ "Pass".

పార్థు: "పాస్ ఏంటి? ఇదిగో" అని వెడ్డింగ్ కార్డ్ చూపిస్తాడు.

సెక్యూరిటీ: "ఇది కాదు. దీనితో పాటు ఒక పాస్ ఇచ్చారు. అది చూపించు".

పార్థు అయోమయంగా "లేదు. ఇదొక్కటే ఉంది".

సెక్యూరిటీ: "అయితే లోపలికి వెళ్ళలేవు".

పార్థు బ్రతిమాలుతు "ప్రజ్ఞ నా ఫ్రెండ్. ప్లీజ్! నేను తనని కలవాలి. నా పేరు పార్థు. నేను వచ్చానని తనకి చెప్పు. నేను ఇక్కడే వెయిట్ చేస్తాను".

సెక్యూరిటీ: "జావ్! జావ్! ఎంత మందిని చూడలేదు".

పార్థు టెన్షన్ గా మనసులో "అయ్యో! క్రిష్ సర్ నాకు ఇదొక్కటే ఇచ్చారే! నా దగ్గర సర్ నెంబర్ కూడా లేదు".

క్రిష్ దూరంగా కార్ లో వెయిట్ చేస్తూ పార్థుని చూస్తూ ఉంటాడు.

పార్థుకి ఏం చెయ్యాలో అర్థం కాక మళ్ళీ తన బైక్ దగ్గరకు వచ్చి దిగులుగా ఫంక్షన్ హాల్ గోడకి ఆనుకుని నిల్చుంటాడు.

ఇంతలో తన భుజాలు బరువెక్కుతాయి.

పార్ధు తన భుజం మీద చెయ్యి పెడితే ఎవరిదో పాదం తగులుతుంది. పార్ధు పైకి చూస్తాడు.

ఎవరో ఆవిడ గోడ దిగుతూ, తన పాదాలు పార్ధు భుజాల మీద పెడుతుంది.

పార్ధు: "ఏయ్!" అని తిరుగుతాడు.

ఆవిడ బాలన్స్ తప్పి పడబోతే నడుం చుట్టు చెయ్యి వేసి పట్టుకుంటాడు.

ఆవిడ: "You rogue! వదులు" అని తిరుగుతుంది.

ఆవిడ మొహం అంత చీర కప్పుకుని ఉంటుంది. కళ్ళు మాత్రం కనిపిస్తూ ఉంటాయి.

పార్ధు కోపంగా "ఏ! ఏం మాట్లాడుతున్నావు. పడిపోతే పట్టుకుంటే!" అని చికాకుగా అక్కడ నుంచి వెళ్తూ ఆగుతాడు.

పార్ధు మనసులో "రోగ్ .." అనుకుని ఆచర్యంగా వెనక్కి తిరుగుతాడు.

ఆవిడ కళ్ళు పెద్దవి చేసి పార్ధునే చూస్తూ ఉంటుంది.

పార్ధు దగ్గరగా వచ్చి "నువ్వు?.. మీరు?".

ప్రజ్ఞ సమాధానం ఇవ్వకుండా వెనక్కి తిరిగి ఎవరి కోసమో వెయిట్ చేస్తూ ఉంటుంది.

పార్ధు మళ్ళీ ప్రజ్ఞ ముందుకి వచ్చి అనుమానంగా "నువ్వు?".

ప్రజ్ఞ మొహం అంత పూర్తిగా కప్పుకుని, తల దించుకుని "ఏ! అడ్డులే!".

పార్ధు, ప్రజ్ఞ మొహం మీద చీర కొంగుని బలవంతంగా తీసేస్తాడు.

పార్ధు ఆచర్యంగా "ప్రజ్ఞ!".

ప్రజ్ఞ, పార్ధుని కోపంగా చూస్తూ "ఎందుకు వచ్చావిక్కడికి?.

పార్ధు: "లోపల పెళ్ళి చేసుకోకుండా, నువ్వేంటి ఇక్కడ?".

ప్రజ్ఞ బెట్టుగా "నీ కెందుకు. ఓ.. నా పెళ్ళి చూసి, నా మీద అక్షింతలు వెయ్యడానికి వచ్చావా? నేనేమీ నిన్ను ఇన్వైట్ చెయ్యలేదే!".

పార్థు కావాలనే "లేదు. నీ మ్యారేజ్ కి క్యాటరింగ్ నా కాంపిటీటర్ చేస్తున్నాడని తెలిసి, వాడి ఫుడ్ టేస్ట్ చెయ్యడానికి వచ్చాను".

ప్రజ్ఞ కోపంగా "ఓహో.. అందుకోసం వచ్చావా? అయ్యో! ఇక్కడ మ్యారేజ్ జరగడం లేదు. నువ్వు ఇంక వెళ్ళవచ్చు" అని వెనక్కి తిరుగుతుంది.

పార్థు: "నువ్వు ఎందుకు మ్యారేజ్ చేసుకోవడం లేదు?".

ప్రజ్ఞ చికాకుగా "ఆ...నేను ఒక useless fellowని ప్రేమించాను. అందుకని?".

పార్థు చిన్నగా నవ్వుతు "నీ పొగరు ఇంకా తగ్గలేదే!".

పార్థు, ప్రజ్ఞ చెయ్యి పట్టుకుని తన వైపు తిప్పబోతే తిరగదు.

ప్రజ్ఞ: "వదులు. లేకపోతే అరుస్తాను".

పార్థు: "అరువు. అప్పుడు అందరు వచ్చి నిన్ను తీసుకుని వెళ్ళి, నీ పెళ్ళి చేస్తారు".

ప్రజ్ఞ, పార్థుని చికాకుగా చూస్తూ "అంతే కాని, నువ్వు నా పెళ్ళి ఆపవు కదా?".

పార్థు దీనంగా మొహం పెట్టి "ఈ useless fellow ఏం చెయ్యగలడు చెప్పు".

ప్రజ్ఞ: "ఛీ పో!" వెనక్కి తిరుగుతుంది.

పార్థు, ప్రజ్ఞ మొహం తిప్పి కిస్ చేస్తాడు.

ప్రజ్ఞ, పార్థు చాలా దగ్గరగా ఒకరినొకరు చూసుకుంటారు.

పార్థు, ప్రజ్ఞ కళ్ళలోకి చూస్తూ "ఈ పెళ్ళి కూతురు శారీలో నువ్వు చాలా అందంగా ఉన్నావు!".

ప్రజ్ఞ, పార్థుని కొడుతూ "నీకు నేను అసలు గుర్తు రాలేదా? వన్ ఇయర్ లో ఒక్క సారి కూడా నీకు నన్ను చూడాలని అనిపించలేదా?".

పార్థు: "నేను మీ ఇంటి ముందుకి చాలా సార్లు వచ్చాను ప్రజ్ఞ. కానీ, లోపలికి రాలేక పోయాను. నువ్వే కదా నా మొహం ఇంక నీకు చూపించొద్దన్నావు. అందుకే నిన్ను బయట నుంచే చూసి వెళ్ళిపోయేవాడిని".

ప్రజ్ఞ బెంగగా పార్ధుని హగ్ చేస్తూ "నీకు అసలు బుద్ధి లేదు. నేనేదో కోపంలో అంటే, నువ్వు ఆ మాట పట్టుకుని నన్ను కలవవా? You don't know how much I missed you" ఏడుస్తుంది.

పార్ధు: "ఏ! ఏడవకు. కావాలనే రాలేదు. I wanted to prove myself before I spoke to your parents".

ప్రజ్ఞ: "అయితే నేనంటే నీకు ఇష్టమా?".

పార్ధు, ప్రజ్ఞ మొహం పట్టుకుని "నువ్వంటే ఇష్టం లేకపోతే నీ పెళ్ళి అని తెలిసి ఆపడానికి ఎందుకు వస్తాను? ఎందుకు నిన్ను కిస్ చేస్తాను?".

ప్రజ్ఞ హగ్ చేస్తూ "ఉ..".

ప్రజ్ఞ: "లక్కీ గా నేను బయటకు వచ్చాను కాబట్టి సరిపోయింది. లేకపోతే నువ్వు ఏం చేసేవాడివి?".

పార్ధు: "తెలియదు. కానీ, ఈ రాత్రి నీ పెళ్ళి జరగనిచ్చేవాడిని మాత్రం కాదు. సరే! ఇప్పుడేం చేద్దాం? నేనొచ్చి మీ పేరెంట్స్ తో మాట్లాడనా?".

ప్రజ్ఞ: "ఏం అడుగుతావు? జరగబోయే పెళ్ళి ఆపి, నాతో మీ అమ్మాయి పెళ్ళి చెయ్యండి అనా? చస్తే ఒప్పుకోరు".

పార్ధు: "అయితే పారిపోదామా?".

ప్రజ్ఞ: "నేను క్రిష్ హెల్ప్ తో పారిపోయి నిన్ను కలుద్దామనే బయటకు వచ్చాను. కానీ...వద్దు. నా పేరెంట్స్ హర్ట్ అవుతారు" అని ఆగి "Idea!".

పార్ధు: "ఏంటది?".

ప్రజ్ఞ: "నువ్వు నా పేరెంట్స్ ఏం అడిగినా, 'అవును' అను. మిగతాదంతా నేను చూసుకుంటాను".

పార్ధు అర్థంకానట్టు చూసి "నువ్వేం చూసుకుంటావు?".

ప్రజ్ఞ: "నా పప్పా సంగతి నాకు బాగా తెలుసు. పద!" అని పార్ధు చెయ్యి పట్టుకుని ఎంట్రన్స్ కి వస్తుంది.

సెక్యూరిటీ ఆచర్యంగా "Ma'am! మీరిక్కడ?".

ప్రజ్ఞ కోపంగా "తిను నా ఫ్రెండ్. లోపలికి ఎందుకు రానియ్య లేదు?".

ఇద్దరు లోపలికి వెళ్తారు.

క్రిష్ కార్ లో నుంచి వీళ్ళని చూస్తూ, ఎవరికో ఫోన్ చేస్తాడు.

అందరు ప్రజ్ఞ, ఒక అబ్బాయి చెయ్యి పట్టుకుని వెళ్ళడం చూసి ఆచర్యపోతారు.

ప్రజ్ఞ, పార్ధుని ఒక రూమ్ కి తీసుకుని వెళ్తుంది. అక్కడ ప్రజ్ఞ పేరెంట్స్, ఇంకా కొంత మంది రిలేటివ్స్ ఉంటారు.

ప్రజ్ఞ: "పప్పా!".

పప్పా: "పప్పి! నువ్వు రెడీనే కదా! ఇంకో గంటలో గౌరి పూజకి కూర్చోవాలి" అని ప్రజ్ఞ పక్కనే ఉన్న పార్ధుని చూస్తాడు.

ప్రజ్ఞ: "పప్పా! మమ్మ! మీతో మాట్లాడాలి?".

వాళ్ళిద్దరు ఒకరి మొహాలు ఒకరు చూసుకుని వేరే రూమ్ కి వెళ్తారు.

చుట్టాలు ఒకరి మొహాలు ఒకరు చూసుకుని అక్కడే ఉండిపోతారు.

ప్రజ్ఞ ఇబ్బందిగా "పప్పా! తిను పార్ధు! I love him".

పప్పా కోపంగా "What? కొన్ని గంటలో వినోద్ తో పెళ్ళి పెట్టుకుని ఏంటిది?".

ప్రజ్ఞ: "నేను పార్ధుని తప్ప వేరెవరిని పెళ్ళి చేసుకోను".

పప్పా: "నువ్వు ఎప్పుడు ఈ అబ్బాయి గురించి నాతో చెప్పలేదు. అది ముందే చెపితే పోయేది కదా! ఒప్పుకునే వాడిని. ఇప్పుడా చెప్పేది? Too late. నేను పెళ్ళి వాళ్ళకి ఏం చెప్పాలి! నువ్వు వినోద్ నే పెళ్ళి చేసుకోవాలి".

ప్రజ్ఞ, పార్ధుని కోపంగా చూసి "చూడు! ముందే చెపితే ఒప్పుకునే వారు. ఇదంతా నీ గురించే. నువ్వే లేట్ చేశావు".

పార్ధు: "అవును".

ప్రజ్ఞ ప్రాధేయపడుతు "పప్పా! I really love him. తినతో నేను చాలా హ్యాపీగా ఉంటాను".

పప్పా, పార్థుని ఎగా, దిగా చూస్తూ "వినోద్ నీకు, మన బిజినెస్ కి కూడా సూట్ అవుతాడు. This boy is too tall for you".

ప్రజ్ఞ: "హైట్ అసలు ప్రాబ్లెం కాదు పప్పా. కద పార్థు!".

పార్థు ప్రజ్ఞని చికాకుగా చూసి, నెమ్మదిగా ప్రజ్ఞ చెవిలో "మీ పప్పా ఏం మాట్లాడుతున్నాడు. నా హైట్ గురించి ఆయనకెందుకు?".

ప్రజ్ఞ కొద్దిగా దగ్గి "అంతేకాదు, పార్థు MCom గోల్డ్ మెడలిస్ట్. మన బిజినెస్ చూసుకుంటాడు".

పార్థు ప్రజ్ఞని లాగి దూరంగా తీసుకుని వెళ్ళి "ఏయ్! నేను మీ బిజినెస్ చూసుకోవడం ఏంటి? నాకు నా ఓన్ రెస్టారెంట్ బిజినెస్ ఉంది".

ప్రజ్ఞ కోపంగా చూస్తూ నెమ్మదిగా "నీకు నేను కావాలా వద్దా?".

పార్థు: "అయితే...నేను ని బిజినెస్ చూసుకోవాలా?".

ప్రజ్ఞ: "I am their only child. నువ్వు నా హస్బండ్. నువ్వే చూసుకోవాలి. పప్పా అంతా నీకు నేర్పిస్తాడు".

పార్థు: "నాకు ని మని వద్దు, ని బిజినెస్ వద్దు. నువ్వు మాత్రమే కావాలి".

ప్రజ్ఞ సర్దిచెపుతు "సరే! నా మని, బిజినెస్ నీది కాదు. నా కిడ్స్ ది. నువ్వు జస్ట్ మేనేజ్ చెయ్యాలి".

పార్థు కోపంగా "ని పిల్లలు, నా పిల్లలు కూడా. వాళ్ళకి మీ డబ్బు వద్దు".

ప్రజ్ఞ ఏడుపు మొహం పెట్టి "అయితే ఇప్పుడేమంటావు? నన్ను పెళ్ళి చేసుకోవా? నాకు ముద్దు కూడా పెట్టావు!".

పార్థు నిస్సహాయంగా చూస్తాడు.

పప్పా: "పప్పి! ఏంటి గొడవ?".

ఇద్దరు మళ్ళి వెళ్తారు.

పప్పా, పార్ధుతో "Are you interested in taking care of my business?".

పార్ధు ఫర్మ్ గా "No..." అని చెప్పే లోపలే, ప్రజ్ఞ వెక్కి వెక్కి ఏడుస్తుంది.

పేరెంట్స్, పార్ధు షాక్ అయ్యి ప్రజ్ఞని చూస్తారు.

పప్పా కన్సర్ గా "పప్పి! ఏమైంది?".

ప్రజ్ఞ ఏడుస్తూ, మమ్మ చెవిలో ఏదో చెపుతుంది.

మమ్మ: "ఆ..." అని మూతి మీద చెయ్యి వేసుకుని పప్పా చెవిలో ఏదో చెపుతుంది .

పప్పా, పార్ధుని కోపంగా ఏదో అనే లోపలే, ప్రజ్ఞ ఏడుస్తూ వద్దని చూస్తుంది.

పప్పా తమాయించుకుని "పప్పి చెప్పింది అంతా నిజమేనా?".

పార్ధు, ప్రజ్ఞ వంక ఏం చెప్పావని చూస్తాడు.

ప్రజ్ఞ, పార్ధు చెవిలో "అవును అని అనమన్నా నా!".

పార్ధు: "అవును".

పప్పా కోపంగా పార్ధు మీదకు "You..." అంటు వెళ్తాడు.

ప్రజ్ఞ: "పప్పా! ప్లీజ్. పార్ధుని ఏమి అనకండి. I love him. He also loves me a lot. తన రెస్టారెంట్ కి కూడా నా పేరే పెట్టాడు. ఎంత ప్రేమ లేకపోతే అలా పెడతాడు చెప్పండి".

పార్ధు, ప్రజ్ఞ వంక అయోమయంగా చూస్తాడు.

పప్పా: "నీకు రెస్టారెంట్ ఉందా?".

పార్ధు: "అవును".

ప్రజ్ఞ ఎక్సైట్ అవుతు "5 స్టార్ రెస్టారెంట్ పప్పా!".

పార్ధు: "5 స్టార్ అంటే... రీసెంట్ గా స్టార్ట్ చేశా....".

ప్రజ్ఞ, పార్ధుని గిచ్చుతుంది.

పార్ధు: "ఆ.... ఆ... అవును ఉంది".

పప్పా: “Really? దానికి నా పప్పి పేరు పెట్టావా?”.

పార్ధు, ప్రజ్ఞ వంక చూస్తాడు. ప్రజ్ఞ కన్ను కొడుతుంది.

పార్ధు చికాకు మొహం పెట్టి “అవును!”.

క్రిష్ ఇదంతా దూరంగా నిల్చుని చూస్తూ ఉంటాడు.

పేరెంట్స్ ఒకరినొకరు చూసుకుంటారు.

మమ్మ, పప్పా దూరంగా వెళ్ళి మాట్లాడుకుంటారు.

మమ్మ: “ఇంక మన చేతులలో ఏమి లేదు. ఒప్పుకోండి. అబ్బాయి చాలా బాగున్నాడు”.

పప్పా: “సరే!” అని వెళ్ళి పెళ్ళి వాళ్ళలో ఏదో చెప్తాడు. వాళ్ళు ఆయనతో గొడవపడి, అక్కడి నుంచి వాళ్ళ చుట్టాలని తీసుకుని, కోపంగా వెళ్ళిపోతారు.

పప్పా దిగులుగా వస్తాడు.

పప్పి వాళ్ళ ఫాదర్ మొహం చూసి “Sorry pappa. I am a terrible daughter కదా!”.

పప్పా: “అయిపోయింది ఏదో అయిపోయింది. మీ పెళ్ళి ఈ ముహూర్తానికే జరగాలి”.

పార్ధు కంగారుగా “ఇప్పుడా? నేను నా పేరెంట్స్ పర్మిషన్ తీసుకోవాలి”.

పప్పా కోపంగా “పేరెంట్స్ పర్మిషన్ అంట, పర్మిషన్! నీకు ఇప్పుడు వాళ్ళ పర్మిషన్ కావలసి వచ్చిందా?”.

పార్ధు, ప్రజ్ఞ వంక అర్ధంకానట్టు చూసి, ప్రజ్ఞని పక్కకు తీసుకుని వెళ్ళి “ఎందుకు, నీ పప్పా నా మీద ఊరికే అరుస్తున్నాడు? నా పేరెంట్స్ కి చెప్పొద్ద?”.

ప్రజ్ఞ సర్దిచెపుతూ “అయ్యో! చెప్పాలి. వాళ్ళని తొందరగా ఇక్కడికి రమ్మని చెప్పు. పప్పా మళ్ళి తన మనసు మార్చుకునే లోపే, మన మ్యారేజ్ అయిపోవాలి”.

పార్థు చికాకుగా "ఇప్పటికిప్పుడు పెళ్ళి అంటే ఎలా?".

ఇంతలో పార్థు పేరెంట్స్ వస్తారు.

పార్థు వాళ్ళని ఆచర్యంగా చూసి "అమ్మ! నాన్న! మీరేంటి ఇక్కడ?".

క్రిష్ వచ్చి "ఇక్కడేదో గొడవ జరుగుతోందని అనుమానం వచ్చి నేనే పిలిపించాను".

నాన్న: "ఏంట్రా! ఇదంతా?".

పార్థు: "నాన్న! తను ప్రజ్ఞ. నాకు తనంటే ఇష్టం".

అమ్మ, ప్రజ్ఞని చూసి "అమ్మాయి బంగారు బొమ్మలా ఉంది కదండీ!".

నాన్న, ప్రజ్ఞని చూసి "బాగుంది. కానీ పొట్టిగా ఉంది".

పప్పా ఫర్మ్ గా "పొట్టిగా ఉన్నా, పెళ్ళి జరగాల్సిందే! రండి. మీతో మాట్లాడాలి".

వాళ్ళు నలుగురు దూరంగా నిల్చుని ఏదో ఇంటెన్స్ గా మాట్లాడుతూ ఉంటారు.

నాన్న వచ్చి పార్థు మీద కోపంగా అరుస్తూ "నిన్ను ఎంత పద్ధతిగా పెంచాను. నా పరువు తీసావు కదరా!".

పార్థు అయోమయంగా చూస్తూ "నేనేం చేశాను?".

నాన్న కోపంగా "నోరు ముయ్యి. చేసిందంతా చేసి... పద. తొందరగా స్నాతకానికి రెడీ అవ్వు" అని పార్థు చెయ్యి పట్టుకుని తీసుకెళ్తాడు.

ప్రజ్ఞ ఏడుపు మొహం పెట్టుకుని ఉంటుంది.

పార్థు వెనక్కి తిరిగి, ప్రజ్ఞని అయోమయంగా చూస్తూ వెళ్ళిపోతాడు.

అమ్మ వచ్చి ప్రజ్ఞ మొహం పట్టుకుని "నా దిష్టే తగిలేటట్టు ఉంది. వాడు పైకి అలా బెట్టుగా కనిపించినా, లోపల చాలా మెతక వాళ్ళ నాన్న లాగ!".

ప్రజ్ఞ సిగ్గుపడి నవ్వుతుంది.

ఇద్దరు పీటల మీద కూర్చుంటారు.

మాంగల్యధారణ సమయం...

పార్థు లేవకుండా పక్కన కూర్చునే తాళి కడుతూ ఉంటే..

పంతులు: "బాబు! నిల్చుని, వంగి తాళి కట్టాలి".

పార్థు చికాకుగా "ఎందుకు వంగాలి? నేను వంగను. నేను కూర్చునే కడతాను".

నాన్న: "చంపుతాను. చేసిన నిర్వాకం చాలు. నోరు మూసుకుని పంతులుగారు చెప్పింది చెయ్యి".

పార్థు చికాకుగా లేచి, వొంగి ప్రజ్ఞ మెడలో తాళి కట్టి, పక్కగా కూర్చుంటాడు.

ప్రజ్ఞ మొహం వెలిగిపోతూ, పార్థునే చూస్తూ ఉంటుంది.

పార్థు, ప్రజ్ఞని చూసి "ఏంటి చూస్తున్నావు? హ్యాపీ?".

ప్రజ్ఞ మొహం వెలిగిపోతు "ఉ... ఉ... డబల్ హ్యాపీ. ఒకటి నీతో పెళ్ళి అయినందుకు. రెండోది నువ్వు వంగినందుకు".

పార్థు కళ్ళు చిన్నవి చేసి "నిన్ను! నీ పని తర్వాత చెప్తాను".

ప్రజ్ఞ చిన్నగా నవ్వుతుంది.

తలంబ్రాల సమయం ...

పార్థు అస్సలు వంగడు. బెట్టుగా స్ట్రెయిట్ గా కూర్చుంటాడు.

ప్రజ్ఞ, పార్థు నాన్న వంక బాధగా చూస్తుంది.

నాన్న: "పార్థు ఒంగు! పాపం అమ్మాయి ఎలా పోస్తుంది".

పార్థు: "నేను వంగను కాక వంగను".

నాన్న బలవంతంగా పార్థు తల వంచుతాడు.

ప్రజ్ఞ హ్యాపీగా పోస్తుంది.

పార్థు చికాకుగా "నాన్న వదులు! నువ్వు నా సైడా? తన సైడా?.

నాన్న: "ప్రస్తుతానికి తన వైపే! నువ్వు తాడిలా పొడుగ్గా ఉంటే ఎలా పోస్తుంది. వంగు".

పార్థు: "ఏ... తను లేచి పొయ్యలేదా?".

నాన్న పార్థు తల వంచుతాడు.

ప్రతి సారి, ప్రజ్ఞ పార్థు పేరెంట్స్ వంక బాధగా చూస్తుంది. వాళ్ళు పార్థు తలని వంచుతారు. ప్రజ్ఞ నవ్వుతు తలంబ్రాలు పోస్తుంది.

అయిపోయాక, పార్థు వచ్చి ప్రజ్ఞ పక్క కూర్చుంటాడు.

ప్రజ్ఞ నెమ్మదిగా "నువ్వు మళ్ళీ వంగావు".

పార్థు, ప్రజ్ఞని కోపంగా చూస్తాడు. ప్రజ్ఞ చిన్నగా నవ్వుతుంది.

క్రిష్ ఇద్దరిని విష్ చేస్తాడు.

ప్రజ్ఞ: "Thank you Krish! నువ్వే లేకపోతే, ఈ రోజు మా మ్యారేజ్ జరిగేది కాదేమో!".

క్రిష్: "మీ ఇద్దరి మ్యారేజ్ జరగడం నాకు చాలా ఇంపార్టెంట్! మీ పెళ్ళి జరిగితేనే నా కల నిజం అవుతుంది".

పార్థు, ప్రజ్ఞ ఇద్దరు క్రిష్ ని అర్థంకానట్టు చూస్తారు.

క్రిష్ హ్యాపీగా నవ్వుతు "You are a cute couple. I wish you both a happy married life!".

క్రిష్ వెళ్ళిపోతాడు.

పార్థు, ప్రజ్ఞ ఫస్ట్ నైట్.

ప్రజ్ఞ తెల్ల చీర కట్టుకుని వస్తుంది.

పార్థు, ప్రజ్ఞని చూడగానే హడావిడిగా చెయ్యి పట్టుకుని లోపలికి గుంజి గడియ పెడతాడు.

ప్రజ్ఞ: "ఏంటి?".

పార్థు: "మన పేరెంట్స్ అందరు నా వంక కోపంగా చూస్తున్నారు. నేను ఎంత అడిగిన నా పేరెంట్స్ కోపంగా చూస్తారే కానీ చెప్పటం లేదు. నీ పప్పాని అడిగితే 'You...You....' అని మీద, మీదకు వస్తున్నాడు. నువ్వు వాళ్ళతో అసలేం చెప్పావు?".

ప్రజ్ఞ, మిల్క్ గ్లాస్ ఇస్తూ "అది ఇప్పుడు ఇంపార్టెంటా? నన్ను చూడు" అని మెలికలు తిరుగుతుంది.

పార్థు: "అబ్బా! నిన్ను తరవాత చూస్తానులే! ముందు నాకిది అర్ధం కావాలి. నువ్వు నా గురించి వాళ్ళతో ఏం చెప్పావు?".

ప్రజ్ఞ సిగ్గుగా "నేను త్వరలో వాళ్ళకి గ్రాండ్ కిడ్ ని ఇస్తానని చెప్పాను?".

పార్థు అర్ధంకానట్టు చూస్తూ "త్వరలో అంటే 2 ఆర్ 3 ఇయర్స్ తరవాత ఇస్తాం. దానికి వాళ్ళు నన్ను కోపంగా చూడాలా?".

ప్రజ్ఞ ఇబ్బందిగా "అంటే.. ఇంకో 8 మంత్స్ లో వాళ్ళు ఎక్స్పెక్ట్ చేస్తున్నారు".

పార్థు అయోమయంగా "8 మంత్స్ ఏంటి? జనరల్లీ 9 మంత్స్ పడుతుంది కదా?".

ప్రజ్ఞ: "నువ్వు.. నన్ను.. ప్రగ్నెంట్ చేశావని చెప్పాను".

పార్థు అరుస్తూ "ఏంటి?".

ప్రజ్ఞ నెమ్మదిగా "అయ్యో .. ప్లీజ్ అరవకు".

పార్థు: "నువ్వు నా మీద ఎంత పడ్డ, నేను చాలా కంట్రోల్డ్ గా ఉన్నాను. అలా ఎలా చెప్తావు?".

ప్రజ్ఞ: "నేను అలా చెప్పకపోయి ఉంటే, మన పెళ్ళి ఇప్పుడే జరిగి ఉండేది కాదు".

పార్థు: "అందుకని, నన్ను బ్యాడ్ చేస్తావా? వెళ్ళి వాళ్ళకి నేను జెన్టిల్మ్యాన్ అని నిజం చెప్పు".

ప్రజ్ఞ బుంగమూతి పెట్టి "నిన్నేమి బ్యాడ్ చెయ్యలేదు. మనం ఇద్దరం తొందర పడ్డాం అని చెప్పాను".

పార్థు: "ఇప్పుడిప్పుడే గ్రాండ్ కిడ్స్ ఉండరు. పెళ్ళి కోసం అబద్ధం చెప్పావని చెప్పు".

ప్రజ్ఞ: "ఊహు... నేను చెప్పను. వాళ్ళు నా గురించి ఏమనుకుంటారు. ఫ్యూచర్ లో ఇంక నేను ఏమి చెప్పిన నమ్మరు. అందుకని..".

పార్థు: "ఆ....అందుకని".

ప్రజ్ఞ, పార్థు షర్ట్ బటన్ ని టచ్ చేస్తూ, సిగ్గుగా "అందుకని, మనం ఆ పనిలో ఉందాం!".

పార్థు, చెయ్యి తీసేస్తూ "Nothing doing. ఇప్పుడే పెళ్ళి అయింది. నెక్స్ట్ 2 ఇయర్స్ వరకు ఏ ఆలోచనలు పెట్టుకోకు".

ప్రజ్ఞ బుంగమూతి పెట్టి "అంతేనా!".

పార్థు: "అంతే!".

ప్రజ్ఞ క్యాజువల్ గా "సరే అయితే. Good Night!" వెళ్ళి బెడ్ మీద పడుకుంటుంది.

పార్థు సైలెంట్ గా ఉంటాడు.

ప్రజ్ఞని చూస్తే నడుం చూపిస్తూ అటు వైపు తిరిగి పడుకుని ఉంటుంది.

పార్థు నెమ్మదిగా వచ్చి బెడ్ మీద పడుకుంటాడు.

పార్థుకి నిద్ర పట్టదు. అటు, ఇటు తిరుగుతాడు.

ప్రజ్ఞ లో, లోపల నవ్వుతు ఉంటుంది.

పార్థు, ప్రజ్ఞని చూస్తే చాలా సెక్సీగా కనిపిస్తుంది.

పార్థు, ప్రజ్ఞ మీదకు వంగి "ఏ! పడుకున్నావా?".

ప్రజ్ఞ: "అవును! నువ్వు కూడా పడుకో".

పార్థు: "ఈ రోజు మన ఫస్ట్ నైట్!".

ప్రజ్ఞ: "తెలుసు".

పార్థు: "మరి..." అని చెయ్యి మీద రాస్తాడు.

ప్రజ్ఞ: "నువ్వే కదా 2 ఇయర్స్ వరకు ఏం ఆలోచించొద్దు అన్నావు. అప్పటివరకు ఇలానే పడుకుందాం".

పార్థు, ప్రజ్ఞ భుజం మీద ముద్దు పెడుతూ "దానికి, దీనికి సంభందం లేదు".

ప్రజ్ఞ: "నువ్వు దానికి ఒప్పుకుంటేనే....".

పార్థు ముద్దు పెట్టడం ఆపి "No way!".

ప్రజ్ఞ: "Ok. No problem" అని కొద్దిగా దూరంగా జరుగుతుంది.

పార్థు, ప్రజ్ఞని చూసి విసురుగా అటు వైపు తిరిగి పడుకుంటాడు.

కొంచెం సేపటి తరవాత...

పార్థు అటు, ఇటు దొర్లుతూ ఉంటాడు. పడుకోలేకపోతాడు.

పార్థు, ప్రజ్ఞ మీద పడి, ప్రజ్ఞని చూస్తూ "నువ్వు రాక్షసివే!" అని ముద్దు పెడతాడు.

ప్రజ్ఞ చిన్నగా నవ్వుతు "అయితే ఇప్పుడేమంటావ్?".

పార్థు నవ్వుతు "Hmm... సరే చూద్దాం!".

ప్రజ్ఞ గెలిచాను అన్నట్టు నవ్వుతుంది.

పార్థు తల అడ్డంగా తిప్పుతూ "నిన్ను.." అని ప్రజ్ఞ మీద వాలిపోతాడు.

Chapter 16

కొన్ని రోజుల తరవాత....

ప్రజ్ఞ డాడ్ పార్థు, ప్రజ్ఞ కోసం గ్రాండ్ రిసెప్షన్ ని ఒక ఓపెన్ అవుట్ డోర్ గార్డెన్ లో అరేంజ్ చేస్తాడు. బిజినెస్, పొలిటికల్ పీపుల్ ని అందరిని ఇన్వైట్ చేస్తాడు.

పార్థు కూడా తన ఫ్యామిలీ, ఫ్రెండ్స్ ని ఇన్వైట్ చేస్తాడు.

క్రిష్ తన పేరెంట్స్ తో వస్తాడు.

శ్రీజ వచ్చి "Hi Krish. Hello uncle".

రామ్: "Hi Sreeja! How are you? జానకి! తను నరేంద్రగారి డాటర్".

శ్రీజ: "నమస్తే ఆంటీ".

జానకి నవ్వుతుంది.

రామ్, క్రిష్ ని చూసి "Why don't you both spend time together?".

రామ్, జానకి వేరే వాళ్ళని పలకరిస్తూ వెళ్లారు.

క్రిష్, శ్రీజ ఒకరినొకరు చూసి చిన్నగా నవ్వుకుంటారు.

ఇద్దరు ఒక టేబుల్ దగ్గర కూర్చుని మాట్లాడుతూ ఉంటారు.

ఇంతలో, రామ్ ఎవరో అమ్మాయితో వస్తాడు.

రామ్: "క్రిష్, శ్రీజ! తను సత్య. ఫైనాన్స్ మినిస్టర్ డాటర్" పరిచయం చేస్తాడు.

రామ్, సత్యతో "సత్య! తను బిజినెస్ గురు నరేంద్రగారి అమ్మాయి. వీడు my son Krish".

సత్య, శ్రీజని చూసి నవ్వి, క్రిష్ ని చూసి "నేను నిన్ను ఆల్రెడీ ఒక పార్టీలో చూశాను".

క్రిష్ కి సత్య చాలా అందంగా, కాన్ఫిడెంట్ గా కనిపిస్తుంది.

క్రిష్ షేక్ హ్యాండ్ ఇస్తూ "Hi!".

సత్య, శ్రీజకి కూడా షేక్ హ్యాండ్ ఇస్తుంది.

రామ్, క్రిష్ చూసి "మీరు ముగ్గురు మాట్లాడుకోండి" అని కన్ను కొడతాడు.

క్రిష్, రామ్ ని 'What is this Dad!' అన్నట్టు చూస్తాడు.

రామ్, క్రిష్ చెవిలో నెమ్మదిగా "నీకు గర్ల్స్ ఇంటరెస్ట్ కదా! Enjoy their company. I know you can handle both" అని చిన్నగా నవ్వుతు వెళ్ళిపోతాడు.

క్రిష్, సత్యతో, శ్రీజతో మాట్లాడుతూ ఉంటాడు. లైట్ మ్యూజిక్ ప్లే చెయ్యడం స్టార్ట్ అవుతుంది.

సత్య, క్రిష్ తో "Would like to dance?".

క్రిష్, శ్రీజ వంక చూసి "Sure!" అని సత్యతో వెళ్ళి మళ్ళీ తిరిగి వచ్చి శ్రీజతో "నెక్స్ట్ డాన్స్ నీతో".

శ్రీజ చిన్నగా నవ్వి ఇబ్బందిగా "It's ok".

క్రిష్, సత్య డాన్స్ చేస్తూ ఉంటారు. శ్రీజ వైన్ తాగుతూ వాళ్ళనే చూస్తూ ఉంటుంది.

సత్య: "క్రిష్! నిన్ను పార్టీలో చూసినప్పటి నుంచి నీ గురించే ఆలోచిస్తున్నాను. ఈ రోజు నిన్ను కలిసినందుకు నాకు చాలా ఆనందంగా ఉంది".

క్రిష్ చిన్నగా నవ్వుతాడు.

సత్య: "BTW... శ్రీజ, నువ్వు ఎంగేజ్డ్ ?".

క్రిష్: "లేదు. జస్ట్ రీసెంట్ పరిచయం".

సత్య రిలీవ్డ్ గా "ఓ.. నీకు ఇంటరెస్ట్ ఉంటే, we can get to know each other".

క్రిష్, సత్య కళ్ళలోకి చూస్తూ “Hmm....Will see!”.

సత్య కొంచెం దిగులుగా “ఏ.. నేను నీకు నచ్చలేదా?”.

క్రిష్ ఇబ్బందిగా “అదేం లేదు” అని సత్య దిగులు మొహం చూసి “ఒకే...let's meet one of these days”.

సత్య హ్యాపీగా నవ్వుతుంది. పాట అయిపోతుంది. ఇద్దరు మళ్ళీ శ్రీజ దగ్గరకు వస్తారు.

పార్ధు, ప్రజ్ఞ డయాస్ మీద నిల్చుని ఉంటారు. ప్రణతి వెళ్తుంది.

ప్రణతి నవ్వుతు ఫ్లవర్ బొకే ఇస్తూ “Congratulations to both of you!”.

పార్ధు: “Thank you Pranathi. Also, taking care of the food section”.

ప్రణతి: “అయ్యో! నువ్వు నా బాస్. అది నా డ్యూటి!”.

ప్రజ్ఞ అర్ధంకానట్టు చూస్తుంది.

పార్ధు, ప్రజ్ఞని చూసి “ప్రణతి! నా రెస్టారెంట్ లో మేనేజర్”.

ప్రజ్ఞ నవ్వుతు “ఓ.. అవునా! Nice”.

ప్రణతి: “ప్రజ్ఞ! నువ్వు చాలా అందంగా ఉన్నావు”.

పార్ధు: “అందుకేగా పొట్టిగా ఉన్నా, పోనీలే అని పెళ్ళి చేసుకున్నాను”.

ప్రజ్ఞ బుంగమూతి పెట్టి “అంటే, నీకు నేనంటే ప్రేమ లేదా?”.

పార్ధు ఆలోచిస్తూ “ప్రేమ?”.

ప్రజ్ఞ తన మోచేతితో పార్ధు కడుపులో కొడుతుంది.

పార్ధు ఇబ్బందిగా “అబ్బా! ఆ.. ఉంది, ఉంది”.

ప్రణతి బిగ్గరగా నవ్వుతు “మీరిద్దరు ఎప్పుడు ఇలానే ఉండాలి. I wish you all the best!”.

పార్థు వ్యంగ్యంగా "ఏంటి ఇలాన? ప్రజ్ఞతో తన్నులు తింటూ?".

ప్రణతి పడి, పడి నవ్వుతు "పార్థు .... ప్రజ్ఞ! నువ్వు చాలా లక్కీ. పార్థుతో నీ లైఫ్ చాలా జోవియల్ గా ఉంటుంది".

ప్రజ్ఞ, పార్థు చెయ్యి పట్టుకుని చిన్నగా నవ్వుతు "నాకు తెలుసు. అందుకే వెంట పడి మరీ పెళ్ళి చేసుకున్నాను".

నెక్స్ట్ సాంగ్ ప్లే చేస్తూ ఉంటారు.

క్రిష్, శ్రీజ ముందు చెయ్యి చాపుతూ "Dance?".

శ్రీజ నవ్వుతు చెయ్యి ఇస్తుంది.

ఇద్దరు డాన్స్ చేస్తూ ఉంటారు.

ప్రణతి దూరంగా డాన్స్ ఫ్లోర్ లో క్రిష్ ని చూస్తుంది. తన మొహం అంతా ఆనందంతో నిండిపోతుంది. పలకరించడానికి వెళ్దాం అని క్రిష్ పక్కనే ఉన్న అమ్మాయిని చూసి ఆగిపోతుంది.

ప్రణతి: "We both are done. నేను తనకి కనిపించకపోతేనే మంచిది!".

శ్రీజ, క్రిష్ తో నెమ్మదిగా డాన్స్ చేస్తూ "క్రిష్! సత్యకి నువ్వంటే ఇంటరెస్ట్ ఉందని అనిపిస్తోంది".

క్రిష్: "Yes".

శ్రీజ: "Krish! I like you".

క్రిష్, శ్రీజ వంక చూసి "Thanks! I also started to like you".

శ్రీజ హ్యాపీ అవుతుంది. పాట అయిపోతుంది.

క్రిష్, ఇద్దరితో "Shall we have dinner?".

సత్య: "Sure!".

శ్రీజ: "Ya".

ముగ్గురు ఫుడ్ సెక్షన్ దగ్గరకు వస్తారు.

క్రిష్ దూరంగా ప్రణతిని చూస్తాడు. క్రిష్ మొహం అంతా ఆనందంతో నిండిపోతుంది.

క్రిష్: "Give me few minutes. You girls please carry on" వెళ్ళిపోతాడు.

ప్రణతి ఫుడ్ సెక్షన్ ని సూపర్వైజ్ చేస్తూ ఉంటుంది.

"ప్రణతి!".

ప్రణతి వెనక్కి తిరిగి చూస్తే క్రిష్ ఉంటాడు.

ప్రణతి, క్రిష్ ని అలా చూస్తూ నిలబడిపోతుంది.

క్రిష్ చిన్నగా నవ్వుతు "ఎలా ఉన్నావు?".

ప్రణతి తేరుకుని "బానే ఉన్నాను సర్".

క్రిష్: "సర్ కాదు. కృష్ణ అని పిలువు".

ప్రణతి, క్రిష్ ని చూస్తుంది.

క్రిష్: "నువ్వు చీరలో చాలా అందంగా ఉన్నావు".

ప్రణతి ఇబ్బందిగా "Thanks. నేను మిమ్మల్ని మళ్ళీ కలుస్తానని అనుకోలేదు".

క్రిష్ ప్రణతి ని నోటీస్ చేసి, చిన్నగా నవ్వి "ఏ...నన్ను ఇప్పుడు కలవడం నీకు నచ్చ లేదా?".

ప్రణతి ఇబ్బందిగా "No. No. నా ఉద్దేశ్యం అది కాదు".

క్రిష్: "నేను కావాలనుకుంటే మన క్రూజ్ ట్రిప్ అయిన వెంటనే నిన్ను కలిసే వాడినే. కానీ, I need to understand my feelings. అందుకే నిన్ను కలవలేదు. కానీ, ఇప్పుడు మళ్ళీ నిన్ను చూసాక, I am very clear".

ప్రణతి తల దించుకుని కిందకు చూస్తుంది.

క్రిష్: "మా కంపెనీలో నీ జాబ్ పోయిందన్న సంగతి వెంటనే నాకు తెలియలేదు. I am sorry about that".

ప్రణతి: "It's ok. నేను తప్పు చేశాను. తీసేశారు. No problem".

క్రిష్: "లేదు. నేను తప్పు చేస్తే, నిన్ను తీసేశారు".

ఇద్దరు ఒకరినొకరు చూసుకుంటారు.

ప్రణతి: "I have to go" వెళ్తూ ఉంటుంది.

క్రిష్: "ప్రణతి! నేను ఫ్లూట్ ప్లే చేసినప్పుడల్లా నువ్వే గుర్తొస్తున్నావు".

ప్రణతి ఆగి విని వెళ్ళిపోతుంది.

క్రిష్, ప్రణతి వెనకాలే వెళ్తూ "ప్రణతి! నీతో మాట్లాడాలి".

ప్రణతి ఆగుతుంది.

క్రిష్: "చాలా రోజులైంది నీ డాన్స్ చూసి. నాకు నీతో డాన్స్ చెయ్యాలని ఉంది".

ప్రణతి ఆచర్యంగా చూసి, ఇబ్బందిగా "నేను ఇప్పుడు కొంచెం బిజీగా ఉన్నాను" అని వెళ్తూ ఉంటే.. క్రిష్, ప్రణతి చెయ్యి పట్టుకుంటాడు.

ప్రణతి విడిపించుకుని "Sorry! నేను చెయ్యలేను".

క్రిష్ నిట్టూరుస్తు "సరే అయితే, అందరు నన్ను ఫ్లూట్ ప్లే చెయ్యమని అడుగుతున్నారు. పోని, అదే చేస్తాను".

ప్రణతి, క్రిష్ ని చూసి "No. ప్లీజ్ మీరు ఫ్లూట్ ప్లే చెయ్యకండి".

క్రిష్, ప్రణతి కళ్ళలోకి చూస్తూ "ఎందుకు?".

ప్రణతి, క్రిష్ కళ్ళలోకి చూస్తూ "ఎందుకో మీకు తెలియదా?".

క్రిష్: "Please Pranathi. Only one dance".

క్రిష్ కి ఎలా 'No' చెప్పాలో ప్రణతికి అర్థంకాక సైలెంట్ గా ఉంటుంది.

క్రిష్ చెయ్యి చాపి "Shall we go?".

ప్రణతి ఇబ్బందిగా తన చెయ్యి ఇస్తుంది.

క్రిష్, ప్రణతి చెయ్యి పట్టుకుని డాన్స్ ఫ్లోర్ కి వస్తాడు.

ఇద్దరు ఒకరి కళ్ళలోకి ఒకరు చూసుకుంటూ డాన్స్ చేస్తారు.

దూరంగా శ్రీజ, సత్య క్రిష్ ని వేరే అమ్మాయితో డాన్స్ చెయ్యడం చూసి కొద్దిగా కన్ఫ్యూజ్ అవుతారు.

ప్రణతి: "నాకు డాన్స్ రాదు".

క్రిష్ అర్థంకాని మొహంతో "అవునా! మరి, నేను ఫ్లూట్ ప్లే చేసినప్పుడు చేసేదానివి?".

ప్రణతి: "అది...నాకు తెలియకుండా చేసేదాన్ని".

క్రిష్, ప్రణతిని దగ్గరగా తీసుకుని "Strange! Just follow my lead".

ప్రణతి సైలెంట్ గా క్రిష్ ని ఫాలో అవుతుంది.

రామ్ దూరం నుంచి క్రిష్ ఎవరో అమ్మాయితో డాన్స్ చేస్తున్నాడని నోటీస్ చేస్తాడు.

క్రిష్, ప్రణతి కళ్ళలోకి చూస్తూ "మన ట్రిప్ తరవాత, ప్రతి రోజు నువ్వు నాకు గుర్తు వచ్చావు. I realized that I am totally in love with you".

ప్రణతి, క్రిష్ ని కళ్ళలోకి గుచ్చి చూస్తూ "ఓ.. అందుకేన, మీరు ఆ ఇద్దరు గర్ల్స్ తో టైమ్ స్పెండ్ చేస్తున్నారు?".

క్రిష్ చిన్నగా నవ్వి "Hmm...నువ్వు నన్ను నోటీస్ చేస్తున్నావన్నమాట! Are you jealous?".

ప్రణతి: "No. I am not".

క్రిష్: "మ్... మరి, నువ్వు నన్ను మిస్ చేసావ?".

ప్రణతి: "లేదు. మీరు నాకు అస్సలు గుర్తు రాలేదు. I totally forgot about you".

క్రిష్ నవ్వి "Really?".

క్రిష్: "మ్... ఇప్పుడు నువ్వు నన్ను ఎలా మర్చిపోగలుగుతావో చూద్దాం!"

అని ప్రణతి కళ్ళలోకి చూస్తూ ప్రణతి నడుంని తన వేళ్ళతో టాప్ చేస్తాడు.

ప్రణతికి ఎలెక్ట్రిక్ షాక్ తగిలినట్లు అనిపిస్తుంది.

ప్రణతి క్రిష్ కళ్ళలోకి చూస్తూ క్రిష్ ని వదిలి అక్కడి నుంచి వేగంగా వెళ్ళిపోతుంది.

క్రిష్ చూస్తూ నిల్చుండి పోతాడు.

శ్రీజ, సత్య క్రిష్ దగ్గరకు వస్తారు.

సత్య: "క్రిష్! ఎవరా గర్ల్?".

క్రిష్ తేరుకుని "ఆ.. She is my friend. Good dancer. ఒకసారి తనతో డాన్స్ చెయ్యాలనిపించింది".

క్రిష్, తను కిస్ చేస్తున్నట్లు ప్రణతికి కల వస్తుంది. ప్రణతి ఉలిక్కిపడి లేచి మనసులో "ఇది కరెక్ట్ కాదు. నేను కృష్ణకి దూరంగా ఉండాలి".

మర్నాడు....

రామ్: "కృష్ణ! నిన్న పార్టీలో నువ్వు ఎవరో అమ్మాయితో డాన్స్ చెయ్యడం చూశాను. ఎవరు తను?".

క్రిష్: "నీకు నచ్చిందా తను?".

రామ్: "చాలా బాగుంది. ఇంతకి ఎవరి డాటర్?".

క్రిష్: "She is my love. Pranathi!".

రామ్: "You mean that waiter?".

క్రిష్: "తను ఇప్పుడు వేటర్ కాదు డాడ్. పార్థు రెస్టారెంట్ ని చూసుకుంటోంది".

రామ్: "Whatever. నువ్వు ఆ అమ్మాయికి దూరంగా ఉండు. తను నీకు కరెక్ట్ కాదు. శ్రీజ, సత్య ఇద్దరిలో ఒకరిని తొందరగా సెలెక్ట్ చెయ్యి".

క్రిష్: "ఉ..." అని వెళ్ళిపోతాడు.

కొన్ని రోజుల తరవాత..

ఒక రోజు సాయంత్రం క్రిష్, పార్ధు రెస్టారెంట్ కి వస్తాడు.

వేటర్ వచ్చి "How many people sir?".

క్రిష్: "Two".

వేటర్ క్రిష్ ని ఒక టేబుల్ దగ్గరకు తీసుకుని వెళ్ళి మెను ఇస్తాడు. క్రిష్ కూర్చుంటాడు.

వేటర్: "What would you like to drink sir?".

క్రిష్: "lemonade".

వేటర్: "Ok sir".

క్రిష్: "Can I meet your manager?".

వేటర్: "For what sir?".

క్రిష్: "She is my friend".

వేటర్: "Oh...your name sir?".

క్రిష్: "ఫ్లూట్ కృష్ణ అని చెప్పు".

వేటర్ అయోమయంగా చూసి వెళ్తాడు.

కొంచెం సేపటి తరవాత, వేటర్ వచ్చి "lemonade sir!".

క్రిష్: "Where is your manager?".

వేటర్: "She said, she is busy. Would you like to order?".

క్రిష్: "మీ మేనేజర్ వచ్చే వరకు నేను ఆర్డర్ చెయ్యను. అదే తనతో చెప్పు".

వేటర్ ఇబ్బందిగా చూసి వెళ్ళిపోతాడు.

ప్రణతి ఇంక తప్పదని వస్తుంది.

ప్రణతి ఆచర్యంగా “సర్!”.

క్రిష్: “కృష్ణ!”.

ప్రణతి ఏమి మాట్లాడదు.

క్రిష్: “నన్ను కృష్ణ అని పిలవడానికి నేను ఒక్క నా పేరెంట్స్ కి మాత్రమే పర్మిషన్ ఇచ్చాను. కానీ, నన్ను ఆ పేరుతో పిలవమని నిన్ను పదే, పదే అడుగుతున్నానంటే...నువ్వు నాకు ఎంత స్పెషల్ లో ఊహించుకో!”.

ప్రణతి: “మీరెందుకు వచ్చారు?”.

క్రిష్: “ఎందుకేంటి. నీతో డిన్నర్ చెయ్యడానికి. It’s my treat!”.

ప్రణతి ఆచర్యంగా చూస్తూ “నేను ఇక్కడ పని చేస్తాను. మీతో డిన్నర్ చేస్తూ కూర్చుంటే ఎలా?”.

క్రిష్: “ఒకే. నీ పని అయ్యేంత వరకు నేను నీ కోసం వెయిట్ చేస్తాను. నీ పని అయ్యాకే డిన్నర్ చేద్దాం”.

ప్రణతి ఇబ్బందిగా “ప్లీజ్ మీరు ఇక్కడ నుంచి వెళ్ళండి కృష్ణ”.

క్రిష్: “నీతో డిన్నర్ చేశాకే వెళ్తాను”.

ప్రణతి, క్రిష్ ని ఫస్ట్ టైమ్ కోపంగా చూస్తుంది.

క్రిష్: “నువ్వు కోపంలో ఎంత అందంగా ఉన్నావో తెలుసా?”.

ప్రణతి చికాకుగా “Are you flirting with me?”.

క్రిష్: “అలానే అనుకో!”.

వేటర్ దగ్గుతాడు.

ప్రణతి చికాకుగా కూర్చుని, వేటర్ ని చూసి “Just curd rice”.

క్రిష్: “అంతేనా? Ok. I will have the same”.

వేటర్ నవ్వుకుంటూ వెళ్ళిపోతాడు.

ప్రణతి: “మీరెందుకు నా వెంట పడుతున్నారు?”.

క్రిష్ చిన్నగా నవ్వి “నీకు తెలియదా?”.

ప్రణతి: "తెలుసు! మీకు టైమ్ పాస్ కోసం అంతేగా?".

క్రిష్, ప్రణతిని సీరియస్ గా చూస్తూ "నీకు తెలుసు ఎందుకో?".

ప్రణతి: "ప్లీజ్ కృష్ణ! మీకు, నాకు అస్సలు కుదరదని నేను ఆల్రెడీ చెప్పాను. అనవసరంగా ఎందుకు మన టైమ్ వేస్ట్ చేస్తున్నారు?".

క్రిష్: "కుదరదని నువ్వు అనుకుంటే అయిపోయిందా! నాకూ తెలియాలి కదా! నాకు నీ గురించి అంతా తెలుసు. కానీ, నీకే నా గురించి ఏమి తెలియదు. అందుకే, will get to know each other first. ఆ తరవాతే మ్యారేజ్. ఏమంటావు?".

ప్రణతి: "మీ గురించి కూడా నాకు బాగా తెలుసు. మీకు గర్ల్స్ అంటే టైమ్ పాస్. అందులో నాలాంటి పూర్ గర్ల్స్ అంటే ఇంకా ఇంటరెస్ట్ ఎక్కువ. Sorry to say, I don't like you".

క్రిష్ చిన్నగా నవ్వి "I know. But you love me... కదా!".

ప్రణతి ఏదో ఆలోచిస్తూ "Not sure, why I love you".

ఫుడ్ వస్తుంది. ఇద్దరు సైలెంట్ గా ఫినిష్ చేస్తారు.

ప్రణతి: "నేను వెళ్ళాలి".

క్రిష్: "నాకు నిన్ను వదిలి వెళ్ళాలని లేదు. నీ వర్క్ అయ్యేంత వరకు వెయిట్ చేస్తాను. మనం మూవీకి వెళ్దాం".

ప్రణతి, క్రిష్ ని ఆచర్యంగా చూస్తూ "No way!" అని వెళ్ళిపోతుంది.

టైమ్ 11 pm. వర్కర్స్ అందరు వెళ్ళిపోతారు.

ప్రణతి అంత చెక్ చేసి లైట్స్ అన్నీ ఆఫ్ చేస్తూ వస్తుంది. క్రిష్ అక్కడే కూర్చుని వెయిట్ చేస్తూ ఉంటాడు. ప్రణతి క్రిష్ ని నిస్సహాయంగా చూస్తుంది.

ప్రణతి: "నన్ను ఎందుకు ఇలా సతాయిస్తున్నావు కృష్ణ. నీకేం కావాలి?".

క్రిష్ ఆనందంగా "నీ పిలుపు మీరు నుంచి నువ్వుకి వచ్చింది. Good. I like it. అంటే...మనం ఇద్దరం క్లోస్ అవుతున్నామన్నమాట!".

ప్రణతి కోపంగా చూస్తుంది.

క్రిష్, ప్రణతికి దగ్గరగా వచ్చి "నాకు నువ్వు కావాలి".

ప్రణతి ఆచర్యంగా చూస్తూ "ఏంటి? క్రూజ్ లో నా ప్రేమ చాలు అన్నావు".

క్రిష్, ప్రణతి దగ్గరగా వచ్చి "క్రూజ్ లో నేను నీకు ప్రపోస్ చేశాను. కానీ, నువ్వు ఏదేదో చెప్పి తప్పించుకున్నావు. ఏమన్నావు... నువ్వు నన్ను ప్రేమిస్తున్నావు, కానీ పెళ్ళి చేసుకోలేవా? నీ ప్రేమ ఎప్పుడు నా వెంటే ఉంటుందా?".

ప్రణతి ఏమి మాట్లాడదు.

క్రిష్ అయోమయంగా చూస్తూ "What does that mean?".

ప్రణతి ఏమి మాట్లాడదు.

క్రిష్: "Prove it!".

ప్రణతి అయోమయంగా చూస్తూ "What?".

క్రిష్, ప్రణతిని సీరియస్ గా చూస్తూ "నీ ప్రేమ ఎప్పుడు నాతోనే ఉంటుంది అన్నావు కదా! Prove it".

ప్రణతి అర్థంకానట్టు చూస్తుంది.

క్రిష్: "కృష్ణుడంటే దేవుడు కాబట్టి, రాధ దూరంగా ఉన్న తన ప్రేమని ఎప్పుడు ఫీల్ చెయ్యగలిగాడు. మరి, నేను దేవుడిని కాదు కదా! నువ్వు నా దగ్గర లేకపోతే, నీ ప్రేమ నాకు ఎలా అర్థం అవుతుంది? అందుకే, నాకు నీ ప్రేమతో పాటు, నువ్వు కూడా కావాలి".

ప్రణతి చికాకుగా చూస్తూ "నీ గురించి తెలిసిన ఏ అమ్మాయి నిన్ను పెళ్ళి చేసుకోదు. నువ్వు తిరుగుబోతువని తెలిసి కూడా నిన్ను ఎలా పెళ్ళి చేసుకుంటాననుకున్నావు?".

క్రిష్: "ఎందుకంటే, నీకు నేనంటే ప్రేమ!" అని ఆగి "నువ్వు చూసిన ఆ క్రిష్ ఇంక లేడు ప్రణతి. నేను మారిపోయాను".

ప్రణతి: "నాకదంతా అనవసరం. నిన్ను పెళ్ళి చేసుకోవడం కుదరదు".

క్రిష్ ప్రణతిని ఫోర్స్ గా దగ్గరకు తీసుకుని ఇంటెన్స్ గా చూస్తు "ప్రేమ అంటే అంత ట్రాష్ అనుకునే నేను, నిన్ను చూశాక ప్రేమలో పడ్డాను. నువ్వు కూడా నన్ను ప్రేమిస్తున్నావని తెలిసాక, నేను నిన్ను ఇంక వదలను".

ప్రణతి, క్రిష్ ని తోసి తడబడుతు "అప్పుడు నువ్వు ఏదో మ్యాజిక్ చేశావు. అందుకే అలా అనిపించిందేమో! అది just a temporary feeling. నేను ఇప్పుడు నిన్ను లవ్ చెయ్యడం లేదు".

క్రిష్: "నిజంగా? I don't believe you. I know you love me a lot".

ప్రణతి ఫర్మ్ గా "No. I don't".

క్రిష్: "Hmm...ఒక వేళ నీకు నా మీద ప్రేమ ఉందని ప్రూవ్ చేస్తే, నువ్వు నన్ను పెళ్ళి చేసుకోవాలి. సరేనా?".

ప్రణతి సైలెంట్ గా ఉంటుంది.

క్రిష్, ప్రణతి కళ్ళలోకి చూస్తూ "ఏ! నువ్వు ఓడిపోతావేమోనని భయంగా ఉందా?".

ప్రణతి: "నాకెందుకు భయం. I know that I don't have feelings for you. I am sure I will win!".

క్రిష్: "Ok then! నేను ఈ రోజు నుంచి నిన్ను నా ప్రేమలో పడేసే పనిలో ఉంటాను. నువ్వు నా ప్రేమలో పడకుండా ఉండే పనిలో ఉండు" అంటు ప్రణతిని దగ్గరకు లాగి కళ్ళలోకి చూస్తాడు. ప్రణతి కూడా క్రిష్ ని చూస్తుంది.

క్రిష్ చిన్నగా నవ్వి నెమ్మదిగా "I see love in your eyes!" అని ప్రణతి పెదవులని ఇంటెన్స్ గా చూస్తాడు.

ప్రణతి, క్రిష్ కళ్ళని చూస్తూ ఉంటుంది. క్రిష్ లిప్స్, ప్రణతి లిప్స్ దగ్గరగా వస్తాయి. Pranathi stops breathing.

క్రిష్, ప్రణతి బుగ్గ మీద ముద్దు పెట్టి, ప్రణతి కళ్ళలోకి చూసి నవ్వుతు "I see you are getting excited for my touch".

క్రిష్ దూరంగా జరిగి “Next time definite!” I will touch your lips అని సైన్ చేస్తూ వెళ్ళిపోతాడు. ప్రణతి చూస్తూ ఉండిపోతుంది.

మర్నాటి ఉదయం...

పార్ధు తన రెస్టారెంట్ కి వచ్చి, ఎవరో వర్కర్ తో మాట్లాడుతూ ఉంటాడు.

ప్రణతి లోపల అన్నీ అరేంజ్ చేస్తూ ఉంటుంది.

ప్రణతి: “Hi Pardhu! How was your honeymoon?”.

పార్ధు: “Nice!”.

ప్రణతి అక్కడ ఉన్న ఒక పెద్ద బోర్డు చూసి “ఏంటిది?”.

పార్ధు: “ప్రజ్ఞ కోసం. ఇప్పటి నుంచి మన రెస్టారెంట్ నేమ్ Pragnya’s Garden”.

ప్రణతి టీజ్ చేస్తూ “నాకు తెలుసు నీకు ప్రజ్ఞ అంటే చాలా ఇష్టం అని”.

పార్ధు: “ఇష్టమా పాడా! తను, తన పప్పాతో నేను నా రెస్టారెంట్ కి తన పేరు పెట్టానని గొప్పగా చెపింది. నెక్స్ట్ వీకెండ్ వాలెంటైన్స్ డేకి తనకి సర్ప్రైజ్ ఇద్దామని ఛేంజ్ చేస్తున్నాను”.

ప్రణతి: “అదే ప్రేమ అంటే”.

పార్ధు చిన్నగా నవ్వి “May be!”.

పార్ధు: “ఆ.. ప్రణతి మన వాలెంటైన్స్ డే బ్రోచర్ రెడీ నా? ప్రోగ్రామ్స్, ఫుడ్ మెను అదిరిపోవాలి. ఆ రోజు డాన్స్ బార్, లైవ్ మ్యూజిక్ ఉంటుంది. ఇదే ఫస్ట్ టైమ్ మనం అరేంజ్ చెయ్యడం. మన రెస్టారెంట్ ఆ రాత్రి హౌస్ ఫుల్ అయిపోవాలి”.

ప్రణతి: “బ్రోచర్ రెడీ. ప్రోగ్రామ్స్ ఆర్గనైజేషన్ ని పవన్ ని చూసుకోమని చెప్పాను. ఫుడ్ మెను మాత్రం నువ్వే డిసైడ్ చెయ్యాలి”.

పార్ధు: “మన స్టాఫ్ డ్రెస్ కోడ్ కూడా ఆ రోజు డిఫరెంట్ గా ఉండాలి. గర్ల్స్ వైట్ షర్ట్, రెడ్ స్కర్ట్. బాయ్స్ రెడ్ సూట్. What do you think?”.

ప్రణతి: "బానే ఉందా ఐడియా. మరి, నేను, పవన్?".

పార్థు: "మీరిద్దరు మీ ఇష్టం" అని ఆగి "ఇష్టం అంటే శారి కాదు. ఏదైనా వెస్టర్న్ డ్రస్ వేసుకో".

ప్రణతి: "చూద్దాంలే!".

"Pardhu's Garden" becomes "Pragnya's Garden".

క్రిష్ శ్రీజ, సత్యని తరచు కలుస్తూ ఉంటాడు.

శ్రీజ బిజినెస్ మీద ఒక బుక్ రాసి పబ్లిష్ చేస్తుంది. నరేంద్ర దాని గురించి తన ఇంట్లో చిన్న పార్టి అరేంజ్ చేస్తాడు.

క్రిష్: "Congratulations Sreeja. Very impressive. A small gift for you" అని ఒక జువెలరీ బాక్స్ ఇస్తాడు.

శ్రీజ: "Wow! Sapphire set. My favorite!".

క్రిష్ చిన్నగా నవ్వుతు "Do you like it?".

శ్రీజ, క్రిష్ ని ఫ్రెండ్లీగా హగ్ చేసి "Yes. Thank you so much!".

క్రిష్ కొద్ది సేపు ఉండి వెళ్ళిపోతాడు.

నరేంద్ర, శ్రీజతో "Looks like Krish likes you. Shall I talk to Ram uncle?".

శ్రీజ చిన్నగా సిగ్గుపడుతు "Ya...I think he likes me. కానీ...తను నాకు ఇంకా ఫార్మల్ గా ప్రపోస్ చెయ్యలేదు. Will wait".

క్రిష్ సత్య బర్త్ డే సెలబ్రేషన్స్ కి ఫైనాన్స్ మినిస్టర్ ఇంటికి వెళ్తాడు.

క్రిష్: "Happy birthday Satya! A small gift for you" అని జువెలరీ బాక్స్ ఇస్తాడు.

సత్య: "Wow! Ruby set. My favorite is red. నీకెలా తెలుసు?".

క్రిష్ చిన్నగా నవ్వుతు "I have my ways".

సత్య, క్రిష్ ని ఫ్రెండ్లీగా హగ్ చేసి "Thank you so much!".

కొంచెం సేపటి తరవాత...సత్య డాడ్, సత్యతో "నీకు క్రిష్ అంటే క్రేజ్ అని నాకు తెలుసు. చూస్తుంటే క్రిష్ కూడా నిన్ను ఇష్టపడుతున్నట్లుగా ఉంది. నేను క్రిష్ ఫాదర్ తో మాట్లాడనా?".

సత్య చిన్నగా నవ్వుతు "Ya....I think he likes me too" అని ఆగి కొద్దిగా సందేహంగా "కాని, తను నాకు ఇంత వరకు ఏమి చెప్పలేదు. వెయిట్ చేద్దాం".

Chapter 17

వాలెంటైన్స్ డే ఈవెనింగ్, క్రిష్ ఇంట్లో....

క్రిష్ ఫార్మల్ వైట్ పాంట్, వైట్ షర్ట్, దాని మీద స్లీవ్లెస్ బ్లాక్ వెస్ట్ వేసుకుని చాలా హాండ్సమ్ గా డ్రస్ అయ్యి కిందకు వస్తాడు.

రామ్: "Wow. You look very handsome Krishna. ఏంటి ప్లాన్స్?".

క్రిష్ ఫార్మల్ షూస్ వేసుకుంటూ "పార్ధు రెస్టారెంట్ లో వాలెంటైన్స్ డే పార్టీకి వెళ్తున్నాను".

రామ్ హ్యాపీగా "Good! I am curious".

క్రిష్ అర్ధంకానట్టు చూసి "About what?".

రామ్: "నువ్వు శ్రీజ, సత్యతో ఎవరితో వెళ్తున్నావా అని!".

క్రిష్ చిన్నగా నవ్వి "ఇద్దరితో కాదు" అని వెళ్ళిపోతాడు.

రామ్ అనుమానంగా చూస్తాడు. వెంటనే, రామ్ ఎవరికో కాల్ చేస్తాడు.

పార్ధు రెస్టారెంట్ లో... ఈవెనింగ్ 7:30.

ప్రణతి సల్వార్ కమీజ్ వేసుకుని అన్నీ అరేంజ్ చేస్తూ ఉంటుంది. వేటర్స్ అందరు వాళ్ళ ఫార్మల్ యూనిఫామ్స్ వేసుకుని పని చేస్తూ ఉంటారు.

పార్ధు, ప్రజ్ఞ వస్తారు. పార్ధు ఫార్మల్ గ్రే సూట్ వేసుకుని ఉంటాడు. ప్రజ్ఞ పింక్ కలర్ గౌన్, డైమండ్ నెక్లెస్ సెట్ పెట్టుకుని చాలా అందంగా ఉంటుంది.

ప్రజ్ఞ బోర్డు చూస్తుంది.

పార్ధు, ప్రజ్ఞని చూసి "Happy?".

ప్రజ్ఞ బాధగా "I am feeling bad now. నేను అనవసరంగా పప్పాతో అన్నాను. ఎంతైన ఇది నీ రెస్టారెంట్".

పార్థు, ప్రజ్ఞని దగ్గరకు తీసుకుని "ఇప్పుడు ఇది మన రెస్టారెంట్. నా పేరు కంటే నీ పేరే సూట్ అయింది".

పార్థు లోపలికి వస్తూనే "Pranthi! Is everything ready?" అని ప్రణతిని చూసి "ఏంటి నువ్వు ఇంకా ఇలానే ఉన్నావు?".

ప్రణతి: "నేను కూడా రెడీనే".

పార్థు: "అదేంటి. ఇంత సింపుల్ గానా! వెస్ట్రన్ డ్రస్ వేసుకోమని చెప్పాను కదా".

ప్రజ్ఞ దగ్గరగా వస్తుంది.

ప్రణతి, పార్థుని పట్టించుకోకుండా, ప్రజ్ఞని చూసి "Wow Pragnya! You look beautiful".

ప్రజ్ఞ నవ్వుతు "Thanks Pranathi!".

ప్రణతి: "నువ్వు మీ రెస్టారెంట్ కి రావడం ఇదే ఫస్ట్ టైమ్ కదా?".

ప్రజ్ఞ చుట్టు చూస్తూ "అవును. Nice Pardhu. చాలా బాగుంది. I am impressed".

కస్టమర్స్ వస్తు ఉంటారు. పార్థు వాళ్ళని రిసీవ్ చేసుకోవడానికి వెళ్తాడు.

Dj మ్యూజిక్ స్టార్ట్ చేస్తాడు.

క్రిష్ ఒక గిఫ్ట్ పాకెట్ తో వస్తాడు.

అక్కడ సెక్యూరిటీ క్రిష్ ని ఆపి "Your partner sir? Singles are not allowed".

క్రిష్: "I know your owner Pardhu".

వాళ్ళు లోపలికి వెళ్ళి పార్థుకి చెప్తారు.

పార్థు వచ్చి "Hi Krish sir! Please come".

క్రిష్ లోపలికి వస్తు "క్రిష్ సర్ కాదు. జస్ట్ క్రిష్ అని పిలువు. We are friends now".

పార్థు చిన్నగా నవ్వుతాడు.

క్రిష్ వెళ్ళి "Hi Pragnya! How are you? How's your life after marriage?".

ప్రజ్ఞ: "Very nice! క్రిష్ నువ్వు ఎప్పుడు పెళ్ళి చేసుకుంటావు?".

క్రిష్ చుట్టూ చూస్తూ "Ya....చూద్దాం. Getting to know a few girls".

ప్రణతి దూరంగా పని చేస్తూ కనిపిస్తుంది.

క్రిష్ వెళ్ళి "ప్రణతి!".

ప్రణతి క్రిష్ ని చూస్తుంది.

క్రిష్: "How do I look? నీ కోసం తయారవ్వాలని అనిపించింది".

ప్రణతి, క్రిష్ ని చూడకుండా ఏదో సర్దుతూ "ఎప్పటిలానే ఉన్నావు".

క్రిష్: "Hmm... చూడు ఈ హాల్ లో ఉన్న అందరమ్మాయిల చూపులు నా మీదే ఉన్నాయి. కానీ, నా చూపులు మాత్రం నీమీదే ఉన్నాయి.... You should be proud!".

ప్రణతి, క్రిష్ ని ఇగ్నోర్ చేస్తుంది.

క్రిష్ తన చేతిలోని పాకెట్ ఇస్తూ "నువ్వు సరిగా డ్రస్ కావని నాకు తెలుసు. A small gift for you. తీసుకో".

ప్రణతి, క్రిష్ ని పట్టించుకోకుండా వెళ్తూ ఉంటే "ఏ.. అలా వెళ్ళిపోతే, నీకు తెలుసుగా!" అని తన చేతిలోని ఫ్లూట్ ని తిప్పుతాడు.

ప్రణతి ఆగి క్రిష్ దగ్గరకు వచ్చి చికాకుగా "ఏంటి ఎప్పుడు చూసిన ఫ్లూట్, ఫ్లూట్ అని బెదిరిస్తున్నావు".

క్రిష్ కళ్ళలోనే నవ్వుతు "బెదిరించడం కాదు. నాకు ఫ్లూట్ ప్లే చెయ్యాలంటే ఇష్టం. నీకు తెలుసు కదా!".

ప్రణతి కోపంగా చూస్తూ "బాగా తెలుసు".

క్రిష్ డ్రస్ ఇస్తూ "మరి వేసుకో".

ప్రణతి విసురుగా తీసుకుని ఓపెన్ చేస్తుంది. దాంట్లో, ఒక వెస్టర్న్ స్టైల్ వైట్ గౌన్ ఉంటుంది.

ప్రణతి చికాకుగా "నేను ఇలాంటి డ్రస్ వేసుకోను".

క్రిష్ అందరిని చూపిస్తూ "ఇక్కడ అందరు గర్ల్స్ ఇలాంటివే వేసుకున్నారు. నిన్నెవరు పట్టించుకోరు. వేసుకో. నాకు చూడాలని ఉంది".

ప్రణతి డ్రస్ ని క్రిష్ చేతిలో పెడుతూ "నేను వేసుకోను".

క్రిష్, ప్రజ్ఞని పిలుస్తూ ఉంటే.. ప్రణతి ఆపి "ఇప్పుడు నువ్వు నాకు ఇది ఇచ్చావని పబ్లిసిటీ వద్దు. వేసుకుంటాను" తీసుకుని వెళ్ళిపోతుంది.

క్రిష్, ప్రణతి కోసం వెయిట్ చేస్తూ ఉంటాడు. ప్రణతి డ్రస్ వేసుకుని వస్తుంది.

క్రిష్, ప్రణతిని చాలా ఆచర్యంగా చూస్తూ, దగ్గరకి వెళ్ళి తను టై చేసుకున్న హెయిర్ ని లూస్ గా వదులుతాడు.

క్రిష్, ప్రణతి కళ్ళలోకి చూస్తు "You look beautiful!".

క్రిష్ తన పాంట్ పాకెట్ నుంచి ఒక చిన్న బాక్స్ తీసి "This is for you".

అందులో ఒక పెద్ద ముత్యంతో గోల్డెన్ చైన్ ఉంటుంది.

క్రిష్: "ఇది చాల rare pearl. Very pure. నీలానే! దొరకడానికి చాలా టైమ్ పట్టింది".

ప్రణతి: "Sorry! నేను తీసుకోలేను".

క్రిష్ చైన్ తీసి "Hush!" అని ప్రణతి మెడలో కడతాడు.

క్రిష్ ఫింగర్స్ కొద్దిగా ప్రణతి నెక్ ని టచ్ చేస్తాయి. ప్రణతి stops breathing again. వెనక్కి తిరుగుతుంది.

క్రిష్ చిన్నగా నవ్వుతు "I know you like my touch!".

ప్రణతి కోపంగా చూసి వెళ్తూ ఉంటే...చెయ్యి పట్టుకుని "ఎక్కడి వెళ్తున్నావు?".

ప్రణతి: "నేను ఇక్కడ మేనేజర్. అన్ని చూసుకోవాలి. నీతో కబుర్లు చెప్తూ కూర్చోలేను".

క్రిష్: "దాని గురించి నేను పార్థుకి చెప్తాను. నువ్వు నా వాలెంటైన్. నాతోనే ఉండాలి".

పార్థు దూరం నుంచి వీళ్ళని గమనిస్తూ ఉంటాడు.

ఇంతలో శ్రీజ లైట్ పింక్ కలర్ ఫ్యాన్సీ డ్రస్ వేసుకుని, క్రిష్ గిఫ్ట్ ఇచ్చిన నెక్లెస్ పెట్టుకుని వస్తుంది.

ప్రణతి, శ్రీజని చూసి "అదిగో నీ వాలెంటైన్ వచ్చింది".

క్రిష్ వెనక్కి తిరిగి చూస్తే శ్రీజ లోపలికి వచ్చి, పార్థుతో మాట్లాడుతూ కనిపిస్తుంది.

వెనకాలే సత్య కూడా రెడ్ కలర్ గౌన్ వేసుకుని, క్రిష్ ఇచ్చిన రూబీ సెట్ పెట్టుకుని చాలా అందంగా తయారై వస్తుంది.

ప్రణతి నవ్వుతు వ్యంగ్యంగా "వాలెంటైన్ కాదు. వాలెంటైన్స్ వచ్చేశారు. నీకు ఇంక నా అవసరం లేదు. నన్ను వదిలై" అని చెయ్యి విడిపించుకుని వెళ్ళిపోతుంది.

క్రిష్, ప్రణతిని వెళ్తుంటే చూస్తూ ఉంటాడు.

శ్రీజ, సత్య ఇద్దరు ఒకరినొకరు ఇబ్బందిగా చూసుకుని క్రిష్ దగ్గరకు వస్తారు.

క్రిష్ ఇబ్బందిగా నవ్వుతు ఇద్దరిని చూసి "Hi".

శ్రీజ, క్రిష్ చెయ్యి పట్టుకుని కొద్దిగా దూరంగా తీసుకుని వెళ్ళి "Krish! We need to talk".

క్రిష్: "Yes".

శ్రీజ: "సత్య ఏం చేస్తోంది ఇక్కడ?".

క్రిష్ కన్ఫూజ్ మొహం పెట్టుకుని "అది.. నాకూ తెలియదు. అది సరే. నువ్వు ఇక్కడ...?".

శ్రీజ అయోమయంగా "అంటే... నువ్వు నన్ను ఎక్స్పెక్ట్ చెయ్యటం లేదా? మరి రామ్ అంకుల్ నాకు ఇక్కడికి వెళ్ళమని ఎందుకు చెప్పారు?".

క్రిష్ మనసులో "ఓ.. ఇదంతా డాడ్ చేశాడా!".

క్రిష్ తడబడుతు "ఆ...ఆ... నేనే నీకు సర్ప్రైజ్ ఇద్దామని నాన్నతో నీకు మాత్రమే ఈ ప్లేస్ గురించి చెప్పమన్నాను. డాడ్ కన్ఫ్యూజ్ అయ్యి సత్యకి కూడా చెప్పి ఉంటారు".

శ్రీజ: "క్రిష్! అసలు సత్యకి ఎందుకు చెప్పాలి? నువ్వు సత్య గురించి కూడా సీరియస్ ఉన్నావా?".

క్రిష్, శ్రీజ చెయ్యి పట్టుకుని "No...No. నేను నీ గురించే సీరియస్ ఉన్నాను. సత్య నా వెంట పడుతోంది. ఏం చెయ్యమంటావు".

శ్రీజ: "అయితే నువ్వు సత్యతో వెళ్ళిపొమ్మని చెప్పు".

క్రిష్ ఇబ్బందిగా "అంటే, ఈ రోజు వాలెంటైన్స్ డే కదా. ఈ రోజే చెపితే తను చాలా హర్ట్ అవుతుంది. తనతో రేపు చెపుతాను. నువ్వు కూడా గర్ల్ కదా. You should understand her feelings. ప్లీజ్ ఈ రోజు కొద్దిగా ఓపిక పట్టు".

శ్రీజ కొద్దిగా డిసపాయింట్ అయ్యి "సరే!".

ఇంతలో సత్య వస్తుంది.

సత్య: "Krish! Can I talk to you?".

క్రిష్: "Sure!".

సత్య: "Not here".

ఇద్దరు దూరంగా వెళ్లారు.

సత్య: "శ్రీజ ఏం చేస్తోంది ఇక్కడ?".

క్రిష్: "అది.. నాకూ తెలియదు. నువ్వేంటి ఇంత లేట్?".

సత్య: "మీ డాడ్ నాకు ఇన్ఫార్మ్ చెయ్యగానే హాఫ్ అవర్ లో వచ్చేశాను. నువ్వు నాకు పార్టీ గురించి ముందే ఎందుకు చెప్పలేదు?".

క్రిష్ మనసులో "డాడ్! మ్... అదే అనుకున్నాను".

క్రిష్: "నేను నీకు సర్ప్రైజ్ ఇద్దామని నాన్నతో నీకు మాత్రమే ఈ ప్లేస్ గురించి చెప్పమన్నాను. డాడ్ కన్ఫూజ్ అయ్యి శ్రీజకి కూడా చెప్పారనుకుంటా!".

సత్య: "Krish! I love you. Do you love me too?".

క్రిష్ షాక్ అయ్యి సత్యని చూస్తాడు.

క్రిష్: "I like you Satya. You are a nice girl".

సత్య: "మరి, శ్రీజ ఏం చేస్తోంది ఇక్కడ?".

క్రిష్, సత్య చెయ్యి పట్టుకుని "శ్రీజకి కూడా నేనంటే ఇష్టంలా ఉంది. నా వెంట పడుతోంది. ఏం చెయ్యమంటావు".

సత్య: "అయితే నువ్వు తనకి నిజం చెపితే బెటర్".

క్రిష్ ఇబ్బందిగా "అంటే, ఈ రోజు వాలెంటైన్స్ డే కదా. ఈ రోజే చెపితే తను చాలా హర్ట్ అవుతుంది. నేను తనతో రేపు చెపుతాను. నువ్వు కూడా గర్ల్ కదా. You should understand her feelings. ప్లీజ్ ఈ రోజు నేను ఏం చేసిన కొద్దిగా ఓపిక పట్టు".

సత్య కొద్దిగా డిసపాయింట్ అయ్యి ".. సరే!".

క్రిష్ బార్ లో ఉన్న ప్రణతిని చూస్తాడు. ప్రణతి, క్రిష్ ని చూసి తల అడ్డంగా తిప్పుతు తనలో తాను నవ్వుకుంటుంది.

క్రిష్, శ్రీజ, సత్య ఒక టేబుల్ దగ్గర కూర్చుంటారు. క్రిష్ వాళ్ళతో మాట్లాడుతూ, మధ్య, మధ్యలో ప్రణతిని చూస్తూ ఉంటాడు.

దూరంగా ప్రోగ్రామ్స్ నడుస్తూ ఉంటాయి.

శ్రీజ: "మనం స్టేజ్ దగ్గరగా కూర్చుందామా?".

క్రిష్, ప్రణతిని చూస్తూ "అంటే, ఇక్కడ అయితే బెటర్ కదా! బార్ పక్కనే ఉంది".

సత్య: "లేదు. నాకేమీ కనిపించడం లేదు. Let's go".

ఇంక క్రిష్ తప్పదని లేచి వాళ్ళని ఫాలో అవుతాడు.

అక్కడ డాన్స్ మ్యూజిక్ ప్లే అవుతూ ఉంటుంది.

సత్య, క్రిష్ చెయ్యి పట్టుకుని డాన్స్ ఫ్లోర్ కి తీసుకుని వెళ్తుంది. శ్రీజ కూడా వెళ్తుంది. ప్రజ్ఞ, పార్ధుని తీసుకుని వెళ్ళి కొంచెం సేపు డాన్స్ చేస్తుంది. అందరు డాన్స్ చేస్తారు.

ప్రణతి దూరం నుంచి పని చేస్తూ మధ్య, మధ్యలో వీళ్ళందరిని చూస్తూ ఉంటుంది.

కొంచెం సేపటి తరవాత...

ముగ్గురు అలసిపోయి టేబుల్ దగ్గరకు వచ్చి కూర్చుంటారు.

క్రిష్: "I will get drinks for you".

క్రిష్ బార్ దగ్గరకు వస్తాడు. ప్రణతి నిల్చుని ఉంటుంది.

క్రిష్: "నువ్వు కూడా జాయిన్ అవ్వాల్సింది".

ప్రణతి, క్రిష్ ని చూసి ఊరుకుంటుంది.

వేటర్ వచ్చి "Ma'am! ఫుడ్ సెక్షన్ ఓపెన్ చేద్దామా?".

ప్రణతి: "చెయ్యండి. నేను వచ్చి చూస్తాను".

ప్రణతి బార్ బాయ్ తో "సర్ కి ఏం డ్రింక్స్ కావాలో చూడు" అని వెళ్ళిపోతూ ఉంటే "Pranathi! wait".

ప్రణతి: "Ya..".

క్రిష్ దగ్గరగా వచ్చి "నేను నిజంగా వాళ్ళిద్దరిని ఇక్కడకి ఇన్వైట్ చెయ్యలేదు. నేను ఈ రోజు నీతోనే ఉందామనుకున్నాను. నిన్ను క్రూజ్ లో కలిసినప్పటి నుంచి ఏ అమ్మాయిని చూడలేదు. Please believe me".

ప్రణతి: "మళ్ళీ ఇదంతా నాకెందుకు చెప్తున్నావు? నాకు నీ మీద ఏ ఫీలింగ్స్ లేవు" వెళ్ళిపోతుంది.

క్రిష్ సైలెంట్ గా నిల్చుండిపోతాడు.

సత్య వచ్చి "Krish! Drinks ready?".

క్రిష్ తేరుకుని "Ya.... What do you want?".

శ్రీజ, సత్య మాట్లాడుతూ ఉంటారు. కానీ, క్రిష్ సైలెంట్ గా ఉంటాడు. అందరు డిన్నర్ చేస్తారు. ప్రణతి క్రిష్ ని పట్టించుకోకుండా సూపర్వైజ్ చేస్తూ ఉంటుంది.

క్రిష్ మనసులో "ప్రణతికి నిజంగా నా మీద ఏ ఫీలింగ్స్ లేవా?".

క్రిష్ చూపులు టేబుల్ మీద ఉన్న తన ఫ్లూట్ మీదకు వెళ్తాయి.

క్రిష్ మనసులో "ఈ ఫ్లూట్ గురించే నేను తనకి ఎట్రాక్ట్ అయ్యాన?".

ప్రోగ్రామ్ ఆర్గనైజర్ "ఇంకొద్ది సేపటిలో కపుల్స్ డాన్స్ స్టార్ట్ అవుతుంది. Find your partner".

క్రిష్ ఇబ్బందిగా సత్య, శ్రీజ వంక చూస్తాడు.

ఇద్దరు క్రిష్ కి వాళ్ళ హ్యాండ్ ఇస్తారు.

క్రిష్: "Sorry! I am not feeling well. If you don't mind, I will leave" అంటూ లేస్తాడు.

శ్రీజ కూడా లేస్తూ "ఒకే. నేను వెళ్ళిపోతాను".

సత్య కూడా లేస్తుంది.

శ్రీజ, సత్య వెళ్ళిపోతారు.

క్రిష్ తన కార్ లో కూర్చుంటాడు. తనకి ప్రణతిని వదిలి వెళ్ళాలని అనిపించదు. మళ్ళీ లోపలికి వస్తాడు.

ప్రోగ్రామ్ ఆర్గనైజర్: "Are you ready with your partner? In few minutes we will start couple's dance".

క్రిష్, ప్రణతి దగ్గరకు వెళ్ళి "Pranathi! Shall we dance?".

ప్రణతి ఆచర్యంగా "What? నీ వాలెంటైన్స్ ఉన్నారు కదా!".

ప్రోగ్రామ్ ఆర్గనైజర్: “It’s time for couple’s dance” అని లైట్స్ బాగా డిమ్ చేస్తాడు.

క్రిష్: “నాకు నీతో డాన్స్ చెయ్యాలని ఉంది”.

ప్రణతి: “సారీ! నేను చెయ్యను” అని వెళ్తూ ఉంటే.. క్రిష్ ప్రణతి చెయ్యి గట్టిగా పట్టుకుని డాన్స్ ఏరియాకి తీసుకుని వస్తాడు.

ప్రణతి: “ఏం చేస్తున్నావు. వదులు!”.

బాల్ రూమ్ మ్యూజిక్ స్టార్ట్ అవుతుంది. అందరు నెమ్మదిగా డాన్స్ చేస్తూ ఉంటారు. వీళ్ళ నుంచి దూరంగా పార్థు, ప్రజ్ఞ కూడా డాన్స్ చేస్తూ ఉంటారు.

క్రిష్ తన చెయ్యి చాపుతాడు.

ప్రణతి: “నాకు డాన్స్ రాదని నీకు ఎన్ని సార్లు చెప్పాలి”.

క్రిష్, ప్రణతిని బాగా దగ్గరకు తీసుకుని కళ్ళలోకి చూస్తూ “దీనికి డాన్స్ వచ్చే అవసరం లేదు. నన్ను ఫాలో అవ్వు”.

ప్రణతి: “ఇదే లాస్ట్ టైమ్. ప్లీజ్ ఇంక నా వెంట పడొద్దు. నాకు నిజంగా నీ మీద ఫీలింగ్స్ లేవు. నీ ఇద్దరి గర్ల్ ఫ్రెండ్స్ లో ఒకరిని చూసుకుని పెళ్ళి చేసుకుని సెటిల్ అవ్వు”.

క్రిష్ ఏమి మాట్లాడకుండా ప్రణతిని హగ్ చేస్తాడు.

ప్రణతి విడిపించుకుంటూ “కృష్ణ! వదులు. అందరు చూస్తారు”.

క్రిష్: “ఎవరి గొడవలో వాళ్ళు ఉన్నారు. ఈ డిమ్ లైట్ లో మనం ఎవరికి కనిపించము”.

ప్రణతి: “ఎందుకు లైట్ మరీ ఇంత డిమ్ చేశారు?”.

క్రిష్ కళ్ళలోకి రొమాంటిక్ గా చూస్తూ “ప్రైవసీ కోసం. ఈ టైమ్ లో ఏమైన కావొచ్చు!”.

ప్రణతి క్రిష్ ని చూస్తూ యాంక్షియస్ గా కళ్ళు పెద్దవి చేస్తుంది.

క్రిష్ ప్రణతి లిప్స్ ని చూస్తూ, తన ఫింగర్స్ తో ప్రణతి ఓపెన్ బ్యాక్ ని టచ్ చేస్తాడు. ప్రణతి కి ఎలెక్ట్రిక్ షాక్ తగిలినట్టు అయ్యి, చాలా యాంక్షియస్ గా క్రిష్ లిప్స్ ని చూస్తూ "కృష్ణ! No..".

క్రిష్, ప్రణతి నడుం చుట్టు చెయ్యి వేసి, కిస్ చేస్తాడు.

ప్రణతి ఆపలేక పోతుంది. ఇద్దరు ఇంటెన్స్ గా కిస్సింగ్ చేస్తారు.

మ్యూజిక్ ఆగిపోతుంది. వెంటనే ప్రణతి తేరుకుని క్రిష్ ని వదిలేస్తుంది.

లైట్స్ ఆన్ అవుతాయి. ప్రణతి క్రిష్ ని బ్లాంక్ మొహంతో చూసి డాన్స్ ఫ్లోర్ నుంచి వెళ్ళిపోతుంది.

క్రిష్ ప్రణతి వెళ్ళే వైపే చూస్తూ "I know you love me!".

ప్రణతి వాష్ రూమ్ కి వెళ్ళి ఏడుస్తుంది.

ప్రోగ్రామ్ ఆర్గనైజర్ ఏదో అనౌన్స్ చేస్తూ ఉంటాడు.

క్రిష్ కి ప్రణతి ఎక్కడా కనిపించదు. వెళ్ళి తన కార్ లో కూర్చుంటాడు.

క్రిష్ కి శ్రీజ నుంచి టెక్స్ట్ వస్తుంది.

"Please let Satya know that you are not interested in her!".

సత్య నుంచి కూడా శ్రీజ గురించి అదే టెక్స్ట్ వస్తుంది.

క్రిష్ కార్ లోనే కూర్చుని ఆలోచిస్తూ ఉంటాడు.

రాత్రి 1 am. పార్టీ అయిపోయి అందరు వెళ్ళిపోతారు. స్టాఫ్ కూడా వెళ్ళిపోతారు.

క్రిష్ లోపలికి వెళ్తాడు. ప్రణతి ఒక్కతే అంత చెక్ చేస్తూ ఉంటుంది.

క్రిష్: "ప్రణతి".

ప్రణతి తల తిప్పకుండా "కృష్ణ! ప్లీజ్ వెళ్ళు. నేను రెస్టారెంట్ క్లోస్ చేసి వెళ్ళాలి".

క్రిష్, ప్రణతి దగ్గరగా వచ్చి "చాలా లేట్ అయింది. నేను డ్రాప్ చేస్తాను".

ప్రణతి: "అవసరం లేదు. నాకు ఇది అలవాటే!".

క్రిష్: "ప్రణతి!".

ప్రణతి బిగ్గరగా అరుస్తూ "ప్లీజ్ వెళ్ళు".

క్రిష్: "ప్రణతి! నేను గెలిచాను".

ప్రణతి కోపంగా "నా వెంట పడొద్దని, నీకు ఎన్ని సార్లు చెప్పినా అర్థం కాదా?".

క్రిష్ ఫ్లూట్ తీసి ప్లే చేస్తాడు. ప్రణతి చెవులు మూసుకుంటుంది.

ప్రణతి వేగంగా వెళ్ళి ఫ్లూట్ లాగి కింద పడేస్తుంది.

ప్రణతి: "అసలు ప్రాబ్లెం అంతా ఈ ఫ్లూట్ వల్లే!".

క్రిష్, సైలెంట్ గా ప్రణతిని చూసి, ఫ్లూట్ తీసుకుని మళ్ళీ ప్లే చేస్తాడు.

ప్రణతి ఏడుస్తూ వెళ్ళి క్రిష్ ని హగ్ చేస్తు "ఇంక నా వల్ల కాదు! నేను ఓడిపోయాను".

క్రిష్ కూడా హగ్ చేస్తూ "లేదు. నేను గెలిచాను".

క్రిష్, ప్రణతి కళ్ళు తుడుస్తూ "నేను గెలిస్తే, నువ్వు నన్ను పెళ్ళి చేసుకొంటానన్నావు".

ప్రణతి క్రిష్ ని వదిలి దూరంగా వెళ్తుంది.

క్రిష్: "Pranathi! I don't have bad habits anymore. You have to believe me".

ప్రణతి సైలెంట్ గా ఉంటుంది.

క్రిష్: "ప్రణతి..".

ప్రణతి: "మన పెళ్ళి అంత ఈజీ కాదు కృష్ణ!".

క్రిష్: "ఎందుకు కాదు? మనం ప్రేమలో ఉన్నాం. పెళ్ళి చేసుకుంటాం!".

ప్రణతి: "మరి, నీ పేరెంట్స్?".

క్రిష్: "నేను వాళ్ళని ఒప్పిస్తాను".

ప్రణతి: "వాళ్ళు ఒప్పుకోకపోతే".

క్రిష్: "వాళ్ళు ఒప్పుకున్నా, లేకపోయిన మనం పెళ్ళి చేసుకుందాం. మనమేమీ చిన్న పిల్లలం కాదు. మనమేం చేస్తున్నామో మనకు తెలుసు".

ప్రణతి: "అలా కాదు. మనం ఇప్పుడు వాళ్ళకి ఇష్టం లేకుండా పెళ్ళి చేసుకుంటే, ఫస్ట్ లో బానే ఉంటుంది. కానీ, ఫ్యూచర్ లో చాలా ప్రాబ్లెమ్స్ వస్తాయి. నేను నా పేరెంట్స్ ని ఓప్పించగలుగుతాను. కానీ, మీ పేరెంట్స్ గురించే నాకు అనుమానంగా ఉంది. వాళ్ళు ఒప్పుకుంటేనే మన పెళ్ళి జరుగుతుంది".

క్రిష్, ప్రణతిని హగ్ చేసి "నువ్వు వర్రీ కాకు. నేను వాళ్ళని ఒప్పిస్తాను".

Chapter 18

మర్నాడు... క్రిష్ ఇంట్లో..

క్రిష్: "డాడ్! నిన్న శ్రీజ, సత్యతో పార్థు రెస్టారెంట్ కి నేను రమ్మన్నానని ఎందుకు చెప్పావు?".

రామ్: "ఎందుకేంటి! నువ్వు ఇద్దరిలో ఎవరినో ఒకరిని తొందరగా సెలెక్ట్ చెయ్యాలని. ఇంతకి నువ్వు డిసైడ్ చేశావ?".

క్రిష్: "ఉ..".

రామ్ ఎక్సైట్ అవుతు "ఎవరు?".

క్రిష్: "ప్రణతి!".

రామ్ చికాకుగా "What? You mean that waiter?".

క్రిష్: "తను వేటర్ కాదు డాడ్. పార్థు రెస్టారెంట్ లో మేనేజర్ లా పనిచేస్తోంది".

రామ్ కోపంగా "Whatever. తను నీకు సరిపోదని నీకు ముందే చెప్పాను".

క్రిష్: "We both are in love dad. నువ్వే ఎప్పుడు అంటుండే వాడివి కదా! నాకు ప్రేమ గురించి ఏమి తెలియదని. Finally, I fell in love with Pranathi. నేను తననే పెళ్ళి చేసుకుంటాను".

రామ్: "నేను మన లెవెల్ అమ్మాయిల గురించి మాట్లాడాను కానీ, అలాంటి అమ్మాయి గురించి కాదు".

క్రిష్: "డాడ్! తను అన్నీ విధాలా నాకు పర్ఫెక్ట్. తనని కలిశాకే, నాకు ప్రేమ అంటే తెలిసింది. తనని చూసి ఎక్సైట్ అయినట్లు నేను ఎవరిని చూసి కాలేదు".

రామ్: "అదంతా అట్రాక్షన్ కృష్ణ. దానిని ప్రేమ అనుకుని పెళ్ళి చేసుకుంటే, తరవాత నువ్వు తప్పు చేసావని తెలుసుకునే సరికి చాలా లేట్ అయిపోతుంది".

క్రిష్ చికాకుగా "నేనేమి టీనేజర్ ని కాదు. ప్రేమ, అట్రాక్షన్ కి డిఫెరెన్స్ నాకు బాగా తెలుసు".

రామ్: "లేదు. నువ్వు శ్రీజ, సత్య ఇద్దరిలో ఎవరినో ఒకరిని సెలక్ట్ చేసుకో. That's my decision".

క్రిష్: "Dad! I am not a kid. మిమ్మల్ని ఎదిరించి పెళ్ళి చేసుకోవడం నాకు పెద్ద కష్టం కాదు. కానీ, నేను మీ పర్మిషన్ ఎందుకు అడుగుతున్నానో తెలుసా! ప్రణతి కోసం. మీరు ఒప్పుకోకపోతే, తను నన్ను పెళ్ళి చేసుకోనంది".

రామ్: "చూడు. తనకున్న అండర్స్టాండింగ్ నీకు లేదు. నీ మ్యారేజ్ ప్రణతితో జరగడానికి నేను పర్మిషన్ ఇవ్వను. నువ్వు శ్రీజ, సత్యలలో ఒకరిని డిసైడ్ చేసి ఈ నైట్ లోపల చెప్పు" వెళ్ళిపోతాడు.

క్రిష్ చేర్ లో ఆలోచిస్తూ కూర్చుంటాడు.

తరవాత.. ఎవరికో ఫోన్ చేస్తాడు.

క్రిష్, శ్రీజ ఇంటికి వెళ్తాడు.

శ్రీజ మొహం వెలిగిపోతూ "క్రిష్! Come. ఏంటి సడెన్ గా ఏదో మాట్లాడాలన్నావు?".

క్రిష్: "శ్రీజ! నా గురించి నీ అభిప్రాయం ఏంటి?".

శ్రీజ: "నువ్వంటే నాకు చాలా ఇష్టం క్రిష్. I am in love with you. నీకు ఈపాటికి అర్ధం అయ్యే ఉండాలి".

క్రిష్: "Ya...సపోస్ మన పేరెంట్స్ మన మ్యారేజ్ కి ఒప్పుకోకపోతే నువ్వేం చేస్తావు?".

శ్రీజ అర్ధంకానీ మొహంతో "కానీ, మన పేరెంట్స్ మన మ్యారేజ్ కి ఒకే కదా!".

క్రిష్: "Ya.. Ya... ఒకవేళ, వాళ్ళు No అంటే.. నువ్వు నా కోసం ఏం చెయ్యగలవు?".

శ్రీజ: "నేను వాళ్ళని కాదని నిన్ను పెళ్ళి చేసుకుంటాను. నువ్వు ఇప్పుడు ఇదంతా ఎందుకు అడుగుతున్నావు? నా గురించి ని ఒపీనియన్ ఏంటి క్రిష్?".

క్రిష్ హ్యాపీగా చూస్తూ, శ్రీజ చెయ్యి పట్టుకుని "నువ్వంటే నాకు ఇష్టం".

శ్రీజ హెసిటెన్త్ గా "So... Are you ok to marry me?".

క్రిష్: "Of course! ఈ రోజే డాడ్ తో చెప్తాను".

శ్రీజ, క్రిష్ ని ఆనందంగా హగ్ చేస్తుంది.

కొంచెం సేపటి తరవాత... క్రిష్ సత్య ఇంటికి వెళ్తాడు.

సత్య మొహం వెలిగిపోతూ "క్రిష్! Come. ఏంటి సడెన్ గా వచ్చావు?".

క్రిష్: "సత్య! నీకు నేనంటే ఇష్టమా?".

సత్య: "జస్ట్ ఇష్టం కాదు క్రిష్. I am madly in love with you. నీ కోసం నాకు ఏమైనా చెయ్యాలని అనిపిస్తుంది".

క్రిష్ చిన్నగా నవ్వుతాడు.

సత్య అర్ధంకానీ మొహంతో "క్రిష్! ఎందుకు నవ్వుతున్నావు? నువ్వు కూడా నన్ను ప్రేమిస్తున్నావు కదా?".

క్రిష్ టీజ్ చేస్తూ "ప్రేమ?".

సత్య ఏడుపు మొహం పెడుతుంది.

క్రిష్ చూసి, సత్యాని దగ్గరకు తీసుకుని "Of course! I like you Satya".

సత్య ఫర్మ్ గా "So.. Are you ok to marry me?".

క్రిష్: "Of course! ఈ రోజే డాడ్ తో చెప్తాను".

సత్య చియర్ఫుల్ గా అరుస్తూ "Yay..." అంటు క్రిష్ ని హగ్ చేస్తుంది.

క్రిష్ కూడా ఆనందంగా సత్యాని హగ్ చేసి రాక్ చేస్తాడు.

క్రిష్ కార్ డ్రైవ్ చేస్తూ.. రామ్ కి కాల్ చేస్తాడు.

రామ్: "కృష్ణ చెప్పు".

క్రిష్: "డాడ్! నేను ఇప్పుడే సత్యతో మాట్లాడి వస్తున్నాను. I have decided!".

రామ్ హ్యాపీగా "నాకు తెలుసు. నీకు సత్య అంటే ఎక్కువ ఇష్టం అని".

క్రిష్: "Dad! I want to marry both".

రామ్ షాక్ అయ్యి "What?".

క్రిష్ సైలెంట్ గా ఉంటాడు.

రామ్ చికాకుగా "ఏం మాట్లాడుతున్నావు? ఇద్దరిని ఎలా పెళ్ళి చేసుకుంటావు. ఎన్ని పెళ్ళిళ్ళు అయిన చేసుకోవడానికి, ఇదేమైన రాజుల కాలం అనుకుంటున్నావా?".

క్రిష్: "నాకు ఇద్దరు ఇష్టం. నన్నేమి చెయ్యమంటావు?".

రామ్ ఫర్మ్ గా "నాకు తెలియదు. Pick one!".

క్రిష్: "డాడ్! నేను శ్రీజ, సత్య ఇద్దరిని పెళ్ళి చేసుకుంటాను. లేదంటే, ఒక్క ప్రణతిని పెళ్ళి చేసుకుంటాను".

రామ్: "ఓహో .. ఇదంతా ప్రణతిని పెళ్ళి చేసుకునేందుకు నువ్వు ఆడుతున్న డ్రామా అన్నమాట? నేను చస్తే, మీ పెళ్ళికి ఒప్పుకోను".

క్రిష్: "అది కాదు డాడ్. ప్రణతి ..." ఇంతలో పక్క నుంచి వాన్ వచ్చి క్రిష్ కార్ ని గుద్దుతున్న శబ్దం.

రామ్ ఆ శబ్దం విని కంగారుగా "కృష్ణ! కృష్ణ".

రామ్ అరుస్తూ "కృష్ణ!....".

అంబులెన్స్ సౌండ్.... హాస్పిటల్ లో....

రామ్, జానకి హడావిడిగా హాస్పిటల్ కి వెళ్లారు.

క్రిష్ ఇంటెన్సివ్ కేర్ లో ఉంటాడు. వాళ్ళు విండోలో నుంచి క్రిష్ ని చూస్తారు. క్రిష్ తల అంతా క్లాత్ కట్టి అన్కాన్షియస్ ఉంటాడు.

సత్యకి ఫోన్ వస్తుంది. సత్య ఏడుస్తూ కార్ ఎక్కుతుంది.

శ్రీజ కూడా ఏడుస్తూ "డాడ్!".

శ్రీజ, నరేంద్ర, సత్య హాస్పిటల్ కి వస్తారు.

పార్థు రెస్టారెంట్ లో ఉంటాడు. తనకి ఫోన్ వస్తుంది.

పార్థు సైలెంట్ గా ప్రణతి దగ్గరకు వస్తాడు.

పార్థు: "ప్రణతి!.." చెప్తాడు.

ప్రణతి బ్లాంక్ మొహం పెట్టుకుని చూస్తుంది.

ప్రణతి, పార్థు హాస్పిటల్ కి వచ్చేసరికి క్రిష్ పేరెంట్స్, శ్రీజ, నరేంద్ర, సత్య విండోలో నుంచి క్రిష్ ని చూస్తూ ఉంటారు.

పార్థు కంగారుగా "అంకుల్ క్రిష్ కి ఎలా ఉంది? అసలు ఏం జరిగింది?".

ఇంతలో డాక్టర్ బయటకు వస్తాడు. ఆయన రామ్ ని దిగులుగా చూసి "Sorry! We tried. బ్రైన్ డామేజ్ అయింది. బ్రైన్ లో ఇంటర్నల్ బ్లీడింగ్ వల్ల కోమాలోకి వెళ్ళిపోయాడు. తను ఇంకా కొద్ది సేపటిలో ... I am extremely sorry!".

రామ్, జానకి బిగ్గరగా ఏడుస్తూ లోపలికి వెళ్తారు.

శ్రీజ, సత్య ఏడుస్తూ ఉంటారు. నరేంద్ర శ్రీజని ఓదారుస్తూ ఉంటాడు.

ప్రణతి ఇంకా షాక్ లోనే ఉంటుంది.

డాక్టర్ లోపలికి వెళ్ళి రామ్ తో "Control yourself.. ప్లీజ్ మీరు బయటకు రండి. సిస్టర్! మీరు దగ్గరే ఉండి పేషెంట్ ని అబ్సర్వ్ చేస్తూ ఉండండి".

రామ్ నెమ్మదిగా ఏడుస్తు బయటకు వస్తాడు.

శ్రీజ ఏడుస్తూ "అంకుల్! నేను క్రిష్ ని చూడొచ్చా?".

రామ్ వెళ్ళండి అని చేతితోనే సైగ చేస్తాడు.

శ్రీజ, సత్య, నరేంద్ర లోపలికి వెళతారు.

పార్థు ఇబ్బందిగా “అంకుల్! తిను ప్రణతి. తనకి క్రిష్ ని చూడాలని ఉంది”.

రామ్, ప్రణతిని కోపంగా చూసి “ఓ.. నువ్వేనా ప్రణతి అంటే.. నీ గురించి మాట్లాడుతూనే వాడు ఆక్సిడెంట్ చేసుకున్నాడు. నువ్వు లోపలికి వెళితే కోమాలో ఉన్న వాడు, వెంటనే చచ్చిపోతాడు. నువ్వు ఇక్కడ నుంచి వెళ్ళిపో!”.

ప్రణతి ఇంకా షాక్ లోనే ఉంటుంది. బ్రెయిన్ అంతా బ్లాంక్ అయిపోతుంది. రామ్ మాటలు తనకి వినిపించవు.

రామ్: “నువ్వంటే.. ప్రేమ! ప్రేమ అన్నాడు. వాడి కోసం నీ కళ్ళలో ఒక్క కన్నీటి చుక్క కూడా లేదు” అని ఆగి.. శ్రీజ, సత్యాని చూపిస్తూ “చూడు వాళ్ళని”.

శ్రీజ, నరేంద్రని పట్టుకుని ఏడుస్తూ ఉంటుంది. సత్య కూడా జానకిని పట్టుకుని ఏడుస్తూ ఉంటుంది.

డాక్టర్ బయటకు వచ్చి “Sorry Ram! He is no more!”.

రామ్ అలా చూస్తూ ఉండిపోతాడు. డాక్టర్ రామ్ భుజం మీద చెయ్యి వేస్తాడు.

రామ్ తేరుకుని, లోపలికి వెళ్ళి క్రిష్ ని అలానే నమ్మలేకుండా చూస్తూ ఉంటాడు. తన కళ్ళ నుంచి నీరు కారుతూ ఉంటుంది.

నర్స్ క్రిష్ మొహం మీద షీట్ కప్పుతుంది. జానకి క్రిష్ మీద పడి ఏడుస్తూ ఉంటుంది.

ప్రణతి విండోలో నుంచి బ్లాంక్ మొహం పెట్టుకుని చూస్తూ ఉంటుంది. తన కాళ్ళ కింద భూమి కదిలిపోతునట్లు అనిపిస్తుంది.

ప్రణతి మనసులో “కృష్ణ ఇంక లేడా? మరి, నాకు ఇంకా చావు ఎందుకు రాలేదు!” అని చేర్ లో కూర్చుండిపోతుంది.

పార్థు, ప్రణతిని చూసి పక్కనే ఇంకో చేర్ లో కూర్చుంటాడు.

శ్రీజ, సత్య రూమ్ నుంచి నెమ్మదిగా బయటకు వచ్చి, ఏడుస్తూ ప్రణతి పక్కగా ఉన్న చేర్స్ లో కూర్చుంటారు. నరేంద్ర శ్రీజని ఓదారుస్తూ ఉంటాడు.

డాక్టర్, సిస్టర్ రూమ్ నుంచి వచ్చి వీళ్ళ పక్కగా నిల్చుంటారు.

డాక్టర్: "సిస్టర్! డెత్ సర్టిఫికేట్.. ఆ ఫార్మాలిటీస్ అన్నీ చూసుకోండి".

ఇంతలో వేరే సిస్టర్ వచ్చి "డాక్టర్! రూమ్ నెంబర్ 4లో అడ్మిట్ అయిన పేషెంట్ ఈ poison తాగాడంట! డాక్టర్ కుమార్ కన్ఫర్మేషన్ కోసం మీకు చూపించమన్నారు".

డాక్టర్ చెక్ చేసి "ఇది చాలా పవర్ఫుల్ పాయిసన్. పేషెంట్ ఎలా ఉన్నాడు?".

సిస్టర్: "ఫ్యూ డ్రాప్స్ తాగాడంట డాక్టర్. ఇప్పుడు రికవర్ అయ్యాడు".

డాక్టర్: "Thank God! మొత్తం తాగితే బ్రతికే వాడు కాదు. దీన్ని లాబ్ కి పంపించండి".

ప్రణతి విరక్తిగా మనసులో "నా కృష్ణ లేకుండా, నేను.. ఎందుకు బ్రతకాలి! నాకు చావు రాకపోతే, నేనే చావుని తెచ్చుకుంటాను!".

సిస్టర్ వెళ్తూ ఉంటే, ప్రణతి ఆ పాయిసన్ బాటిల్ తీసుకుని తాగేస్తుంది.

సిస్టర్ కంగారుగా "ఏ! ఏ! డాక్టర్.. డాక్టర్".

పార్థు, శ్రీజ, సత్య, డాక్టర్, నరేంద్ర కంగారుగా ప్రణతిని చూస్తారు.

ప్రణతి నేల మీద పడిపోతుంది. పార్థు అరుస్తూ "ప్రణతి! ప్రణతి!".

డాక్టర్, ప్రణతిని లేపుతూ ఉంటాడు.

పార్థు రూమ్ లోకి వెళ్ళి అరుస్తూ "క్రిష్! క్రిష్! ప్రణతి పాయిసన్ తాగింది".

క్రిష్ సడెన్ గా బెడ్ మీద నుంచి లేస్తాడు.

రామ్, జానకి ఏడుస్తున్న వాళ్ళు క్రిష్ ని అలా చూస్తూ ఉండిపోతారు.

క్రిష్ వేగంగా బయటకు వచ్చి ప్రణతి తలని తన ఒళ్ళో పెట్టి "ప్రణతి! ప్రణతి !".

శ్రీజ, సత్య, నరేంద్ర.... క్రిష్ ని ఆచర్యంగా చూస్తారు.

ప్రణతి కళ్ళు తెరిచి, ఆనందంగా చూస్తూ "కృష్ణ! నేను నిన్ను చేరుకున్నా న?".

క్రిష్: "ప్రణతి! .. డాక్టర్.. Please check her!".

ప్రణతి: "డాక్టర్? అంటే... నేను ఇంకా బ్రతికే ఉన్నా న? నువ్వు..".

క్రిష్, ప్రణతిని హగ్ చేసి ఏడుస్తూ "నేను బ్రతికే ఉన్నా ను. డాక్టర్! ప్లీజ్..".

ప్రణతి నోరు అంతా నీలంగా ఉంటుంది.

ప్రణతి ఆనందంగా "కృష్ణ నువ్వు బ్రతికే ఉన్నా వా? అందుకే నాకు చావు రాలేదు..".

సిస్టర్స్ వచ్చి, ప్రణతిని లేపి రూమ్ లోకి తీసుకుని వెళ్తారు. డాక్టర్ వెళ్ళి డోర్ క్లోస్ చేస్తూ ఉంటే "Doctor! Please save her".

డాక్టర్: "I will try my best".

క్రిష్ తల పట్టుకుని చేర్ లో కూర్చుంటాడు.

రామ్ షాక్ నుంచి తేరుకుని, క్రిష్ భుజం మీద చెయ్యి వేసి, క్రిష్ ని నమ్మలేనట్టు చూస్తూ "కృష్ణ!".

క్రిష్ తలెత్తి చూస్తాడు.

జానకి, క్రిష్ ని హగ్ చేసి ఏడుస్తూ "ఏంట్రా ఇదంతా! నా ప్రాణం పోయినట్లయింది".

క్రిష్ చిన్నగా నవ్వి "కానీ, ప్రాణం పోలేదు కదా!".

అందరు క్రిష్ ని అర్ధంకానట్టు చూస్తారు.

క్రిష్ అందరిని పాయింట్ చేస్తూ "నేను లేనందుకు మీరందరు చాలా బాధ పడ్డారు. ఏడ్చారు. మీ ప్రేమ అక్కడి వరకే ఆగిపోయింది. మీరెవ్వరికి నా కోసం

ప్రాణాలు తీసుకోవాలని అనిపించలేదు" అని డోర్ ని పాయింట్ చేస్తూ "తన ప్రేమ అలా కాదు. పోయిన తరవాత, కూడా తన ప్రేమ నాతోనే ఉండాలనుకుంది. అందుకే సూసైడ్ అటెంప్ట్ చేసింది".

క్రిష్, రామ్ దగ్గరగా వచ్చి "Now you understand Dad! మీకు నేను ఎంత చెప్పిన అర్థం కాలేదు. మిమ్మల్ని ఎలా కన్విన్స్ చెయ్యాలో తెలియక, పార్థు కి కాల్ చేసి తన హెల్ప్ తీసుకున్నాను".

రామ్, క్రిష్ ని చూసి "I am sorry! నువ్వు ప్రేమ, ప్రేమ అంటే.. ఏదో ఆ అమ్మాయి మీద మోజు పడ్డావు అనుకున్నానే తప్ప, మీది నిజమైన ప్రేమ అని అనుకోలేదు".

డాక్టర్ బయటకు వచ్చి "She is perfectly fine!".

పార్థు, క్రిష్ లోపలికి వెళతారు.

ప్రణతి బెడ్ మీద కూర్చుని ఉంటుంది. క్రిష్ వెళ్ళి ప్రణతి చెయ్యి పట్టుకుంటాడు.

ప్రణతి, క్రిష్ ని అయోమయంగా చూస్తూ "కృష్ణ! నేను విషం తాగినా, నాకు అసలు ఏం కాలేదు ఏంటి?".

పార్థు నవ్వుతు "నువ్వు సూపర్ ఉమెన్ ప్రణతి. విషం కూడా నిన్నేమి చెయ్యలేక పోయింది".

ప్రణతి, పార్థుని డౌట్ గా చూసి "పార్థు...".

క్రిష్ చిన్నగా నవ్వుతు, ప్రణతి తల మీద చెయ్యి పెట్టి "అది పాయిసన్ కాదు. జస్ట్ జ్యూస్. నేను, పార్థు చిన్న డ్రామా ఆడాం. ఈ డాక్టర్ గారు ప్రజ్ఞ అంకుల్. Thanks Doctor!".

డాక్టర్ చిన్నగా నవ్వి "No problem. అంతా ఒకే కదా!" అని వెళ్ళిపోతాడు.

క్రిష్: "చిన్న పని ఉంది. ఇప్పుడే వస్తాను" అని బయటకు వస్తాడు.

శ్రీజ, సత్య వెళ్తూ ఉంటారు.

క్రిష్: "శ్రీజ, సత్య!".

వాళ్ళు వెనక్కి చూస్తారు.

క్రిష్ నెమ్మదిగా "I am really sorry for playing with your emotions. I really like you both. కాని...".

శ్రీజ చిన్నగా నవ్వి "It's ok Krish. You don't need to be sorry. I wish you all the best!".

సత్య: "క్రిష్! నువ్వన్నది నిజం. మా ముగ్గురిలో ప్రణతినే నిన్ను selfless గా ప్రేమించింది. She is the one for you".

క్రిష్: "No hard feelings. Will be friends" అంటూ తన చేతిని ముందుకు చాపుతాడు.

శ్రీజ చిన్నగా నవ్వి, షేక్ హ్యాండ్ ఇస్తు "Sure!".

సత్య కూడా షేక్ హ్యాండ్ ఇస్తు "Definitely!".

వాళ్ళు వెళ్ళిపోతారు. క్రిష్ వాళ్ళు వెళ్ళే వైపు రిలీఫ్డ్ గా చూస్తాడు.

ప్రజ్ఞ వస్తుంది.

క్రిష్: "Hey Pragnya!".

ప్రజ్ఞ: "అంతా ఒకే కదా!".

క్రిష్ నవ్వుతు "Ya .. Come".

ప్రజ్ఞ రూమ్ లోకి వస్తుంది.

పార్థు: "వచ్చావా! ఈ డ్రామా క్రియేటర్ ప్రజ్ఞనే!".

అందరు ప్రజ్ఞని చూస్తారు.

ప్రజ్ఞ కంగారుగా "ఏంటి ప్రణతి బెడ్ మీద?".

పార్థు: "ఏం లేదు. క్రిష్ పోయాడని తెలిసి, ప్రణతి సూసైడ్ అటెంప్ట్ చేసింది".

ప్రజ్ఞ ఆచర్యంగా "What? ఇది నా స్క్రిప్ట్ లో లేదే!".

పార్థు: "ఇది క్రిష్ యాడ్ చేసాడు. క్రిష్ అనుకున్నట్లుగానే, ప్రణతి సూసైడ్ అటెంప్ట్ చేసింది. చూడు! అది ట్రూ లవ్ అంటే... నా కోసం నువ్వు ఇలా అస్సలు చెయ్యవు!".

ప్రజ్ఞ బుంగమూతి పెట్టి "నా కడుపులో నీ బేబీ ఉంటే ఎలా చేస్తాను?".

ప్రణతి ఆచర్యంగా "నువ్వు ప్రెగ్నెంట్?".

పార్థు, ప్రజ్ఞని చూసి "నీ నోట్లో ఏమి నానదే!".

పార్థు: "Ya...3 మంత్స్ ప్రెగ్నెంట్. తన పప్పాతో నేను తనని ప్రెగ్నెంట్ చేశానని అబద్ధం చెప్పి పెళ్ళికి ఒప్పించింది. నేను ఆ అబద్ధాన్ని నిజం చేసేంత వరకు నన్ను వదలలేదు".

ప్రజ్ఞ, పార్థు కడుపులో తన మోచేతితో పొడిచి నెమ్మదిగా "ఏం మాట్లాడుతున్నావు, సిగ్గు లేకుండా!".

పార్థు బాధగా "అబ్బా!" అని పొట్ట పట్టుకుని "ప్రణతి! నువ్వు ఏ ముహూర్తంలో నన్ను తన్నులు తినమని దీవించావో కానీ, అప్పటినుంచి ఇది నా పరిస్థితి!".

ప్రణతి పడి, పడి నవ్వుతుంది.

రామ్, జానకి కూడా చిన్నగా నవ్వుతారు.

రామ్: "పార్థు చాలా జోవియల్ అనుకుంటా!" క్రిష్, ప్రణతిని చూసి "వీళ్ళిద్దరి పెళ్ళి కూడా చేసేస్తే ఒక పని అయిపోతుంది".

ప్రణతి, క్రిష్ ని చూస్తుంది.

రామ్: "సారీ ప్రణతి! ఇందాక క్రిష్ లేడు అన్న బాధలో నిన్ను ఏదేదో అన్నాను".

ప్రణతి ఇబ్బందిగా "అయ్యో! అదేం లేదు. I can understand! పెళ్ళి అంటే...నేను నా పేరెంట్స్ కి క్రిష్ గురించి ఇంకా చెప్పలేదు".

రామ్: "ఎలానో మాకు నీ పేరెంట్స్ ని కలవాలని ఉంది. Let's go".

క్రిష్, రామ్, జానకి, ప్రణతి ప్రణతి ఇంటికి వస్తారు.

ప్రణతి వెళ్ళి "నాన్న! అమ్మ! తిను కృష్ణ. నేను ఇంతకు ముందు పని చేసిన క్రూజ్ కంపెనీ ఓనర్. వీళ్ళు కృష్ణ పేరెంట్స్".

ప్రణతి నాన్న: "రండి! రండి".

వాళ్ళు వచ్చి కూర్చుంటారు.

ఆక్వార్డ్ సైలెన్స్.

రామ్: "కృష్ణ, ప్రణతి ప్రేమలో ఉన్నారు. వీళ్ళిద్దరి పెళ్ళి గురించి మాట్లాడడానికే వచ్చాము".

ప్రణతి అమ్మ, నాన్న మోహ మొహాలు చూసుకుని, ప్రణతి వంక చూస్తారు. ప్రణతి తల దించుకుంటుంది.

నాన్న: "ప్రణతి, మీ అబ్బాయి గురించి మాకు ఎప్పుడు చెప్పలేదు. మీరు చూస్తే చాలా ఉన్న వాళ్ళులా ఉన్నారు. కాని, మేము మీలా కాదు. ఈ ఇల్లు కూడా మేము రెంట్ చేస్తున్నాము. మరి....".

క్రిష్ చిన్నగా నవ్వి "అంకుల్. ప్రణతి కూడా మీలానే అంటు ఉండేది. ఇప్పటికి తనని ఒప్పించగలిగాను. ప్లీజ్! మళ్ళి మీరు అదే స్టార్ట్ చెయ్యకండి".

రామ్: "ఈ రోజు మీ అమ్మాయి ఏం చేసిందో తెలిస్తే, మీరు వెంటనే వాళ్ళ పెళ్ళికి ఒప్పుకుంటారు" అని రామ్ జరిగింది చెపుతాడు.

ప్రణతి నాన్న విని ఏడుస్తాడు. ప్రణతి వచ్చి హగ్ చేసి బాధగా "నాన్న!".

నాన్న ఏడుస్తూ "చచ్చిపోయే ముందు మేము నీకు గుర్తు రాలేదా? మా గురించి ఇంత కూడా ఆలోచించ లేదా?".

ప్రణతి ఏడుస్తూ "నన్ను క్షమించండి నాన్న. ఆ క్షణంలో నాకు కృష్ణ తప్ప ఎవరు గుర్తు రాలేదు. కృష్ణ లేకపోతే నేను బ్రతకలేననిపించింది".

నాన్న కళ్ళు తుడుచుకుని, ప్రణతి తల నిమురుతూ "నువ్వేమి చిన్న పిల్లవి కాదు. అయినా! నువ్వు ఇలా చేసావంటే, మీది నిజమైన ప్రేమ. సరే! ఆ

భగవంతుడే మిమ్మల్ని దీవించినప్పుడు, మేము వద్దని ఎలా అనగలం. మాకు మీ పెళ్ళికి ఏమి అభ్యంతరం లేదు".

రామ్: "Very good!".

క్రిష్, ప్రణతిని చూసి నవ్వుతాడు.

Chapter 19

రెండు నెలల తరవాత.. క్రిష్, ప్రణతి పెళ్ళి అయిపోతుంది.

ఫస్ట్ నైట్....

ప్రణతి రూమ్ లోకి వస్తుంది. అక్కడ క్రిష్ కనిపించడు. పైన పెద్ద ఓపెన్ బాల్కనీలో కూర్చుని ఫ్లూట్ ప్లే చేస్తూ ఉంటాడు.

ప్రణతి వెళ్ళి నెమ్మదిగా డాన్స్ చేస్తుంది. కొద్ది సేపటి తరవాత, క్రిష్ ఫ్లూట్ టేబుల్ మీద పెట్టి ప్రణతి దగ్గరకు వచ్చి హగ్ చేస్తాడు.

క్రిష్: "నాకు నువ్వన్నది ఇప్పుడు అర్థం అయింది".

ప్రణతి ఏంటి అన్నట్టు చూస్తుంది.

క్రిష్: "నీ ప్రేమ ఎప్పుడు నాతోనే ఉంటుందని అనేదానివి గుర్తుందా! నువ్వు నాకోసం సూసైడ్ అటెంప్ట్ చేసినప్పుడు, దాని అర్థం నాకు తెలిసింది".

ప్రణతి, క్రిష్ ఒకరినొకరు చూసుకుంటారు. క్రిష్, ప్రణతిని ఎత్తుకుని బెడ్ రూమ్ లోకి వస్తాడు.

టేబుల్ మీద ఉన్న ఫ్లూట్ ఒక్క వెలుగు వెలిగి అదృశ్యమౌతుంది.

కొన్ని నెలల తరవాత.. హాస్పిటల్ లో..

పార్థు, పార్థు పేరెంట్స్, ప్రజ్ఞ పేరెంట్స్ టెన్షన్ గా వెయిట్ చేస్తూ ఉంటారు.

డాక్టర్ వచ్చి "ప్రకాష్ గారు, మీ అమ్మాయికి బాబు పుట్టాడు. Mother and baby are fine. వెళ్ళి చూడండి".

అందరు లోపలికి వెళతారు.

పార్థు హ్యాపీగా ప్రజ్ఞ చెయ్యి పట్టుకుంటాడు.

ప్రజ్ఞ, పార్థుని చూసి "ఎత్తుకో!".

పార్ధు ఎత్తుకుంటాడు.

పార్ధు నాన్న: "వీడు అచ్చు పార్ధులానే ఉన్నాడు. పార్ధు పుట్టినప్పుడు ఇలానే ఉన్నాడు".

పార్ధు పేరెంట్స్ కొంచెం సేపు ఉండి వెళ్ళిపోతారు.

ప్రజ్ఞ పప్పా: "అవును పప్పి! వీడేంటి 10 మంత్స్ తరవాత పుట్టాడు?".

ప్రజ్ఞ: "పప్పా! నీ మనవడు చాలా intelligent అవుతాడు. అందరు 9 మంత్స్ కి పుడితే, వీడు 10 మంత్స్ కి పుట్టాడు".

పప్పా అనుమానంగా ఆలోచిస్తూ ఉంటాడు.

ప్రజ్ఞ, పార్ధు ఒకరి మొహాలు ఒకరు చూసుకుంటారు.

ప్రజ్ఞ కవరప్ చేస్తూ "చూడు పప్పా! నీ మనవడు అచ్చు నీలానే ఉన్నాడు".

పప్పా, బాబుని ఎత్తుకుని, మొహం వెలిగిపోతూ "అవును! వీడు నా వారసుడు. అచ్చు నాలానే ఉన్నాడు".

పార్ధు, ప్రజ్ఞని చికాకుగా చూసి "నీ పప్పాలా ఉండడం ఏంటి? వాడు నా కొడుకు. నాలా ఉన్నాడు".

ప్రజ్ఞ, పార్ధు చెయ్యి పట్టుకుని సర్ధిచెపుతూ "ప్లీజ్.. ఊరుకో....ఏదో ఊరికే తనని హ్యాపీ చెయ్యడానికి. చూడు, నీ కొడుకుని కని నేను ఎంత టవెడ్ అయిపోయానో!".

పార్ధు ప్రజ్ఞ చెయ్యి పట్టుకుని "సరేలే! ఎప్పుడు నన్ను ఇలానే బ్లాక్మెయిల్ చేస్తావు" అని నుదుటి మీద కిస్ చేస్తాడు.

ప్రజ్ఞ నవ్వుతుంది.

క్రిష్ ఇంట్లో..

క్రిష్ దేనికోసమో ఇల్లంతా వెదుకుతూ కనిపిస్తాడు.

ప్రణతి: "ఏం వెదుకుతున్నావు?".

క్రిష్ కబోర్డ్ లో చూస్తూ "చాలా మంత్స్ అయింది ఫ్లూట్ ప్లే చేసి. ఫ్లూట్ ఎక్కడ పెట్టాను...".

ప్రణతి ఒక ఫ్లూట్ ఇస్తూ "ఇదా?".

క్రిష్: "ఆహా.. ఇది నా ఫ్లూట్. మన ఫ్లూట్ కనిపించడం లేదు".

క్రిష్ దిగులుగా కూర్చుంటాడు.

ప్రణతి: "ఆ ఫ్లూట్ లేకపోతే ఏంటి, ఈ ఫ్లూట్ ఉందిగా. ప్లే చెయ్యి".

క్రిష్ చాలా హెసిటెన్త్ గా ఫ్లూట్ ప్లే చేస్తాడు. ప్రణతి వింటూ కూర్చుంటుంది.

క్రిష్ ఆపి "డాన్స్ చెయ్యి".

ప్రణతి: "డాన్స్? నాకు రాదు".

క్రిష్: "ఎప్పుడు చేస్తావు కదా?".

ప్రణతి: "నాకు తెలియకుండా చేసేదాన్ని, ఇప్పుడు రావడం లేదు".

క్రిష్ దిగులుగా కిటికీలో నుంచి బయటకు చూస్తాడు. మనసంతా బాధగా అయిపోతుంది.

ప్రణతి, క్రిష్ దిగులు మొహం చూసి, క్రిష్ బుజం మీద చెయ్యి వేసి "కృష్ణ! నాకు నిజంగా చెయ్యడానికి రావడం లేదు".

క్రిష్ చిన్నగా నవ్వి "It's ok!" అని ఫ్లూట్ పక్కకు పెట్టేస్తాడు.

క్రిష్ రోజు రోజుకి మూడీ అవుతున్నట్లు ప్రణతికి అనిపిస్తూ ఉంటుంది.

ఒక రోజు సాయంత్రం ....

క్రిష్ లాన్ లో కూర్చుని ఏదో ఆలోచిస్తూ ఉంటాడు.

ప్రణతి: "ఏంటి కృష్ణ ఒంట్లో బాలేదా?".

క్రిష్: "ఏం లేదు. వర్క్ ఎక్కువ గా ఉంది. రిలాక్సేషన్ కి టైమ్ లేదు".

ప్రణతి: "ఫ్లూట్ ప్లే చేస్తే నువ్వు రిలాక్స్ అవుతావు కదా. ఫ్లూట్ తేనా?".

క్రిష్: "వద్దు".

ప్రణతి: “కృష్ణ! ఈ మధ్య నీలో మార్పు వచ్చింది. పెళ్ళికి ముందు ఉన్నట్టు లేవు. నేను నీకు నచ్చటం లేదా?”.

క్రిష్, ప్రణతిని దగ్గరకు తీసుకుని “ఛ! అదేం లేదు. వర్క్ ప్రెషర్ అంతే!”.

ప్రణతి సైలెంట్ గా ఉంటుంది.

ఒక రోజు....

క్రిష్, ప్రణతి కార్ లో వెళ్తూ ఉంటారు.

క్రిష్ విండోలో నుంచి బయటకు చూసి కంగారుగా “డ్రైవరు! కార్ ఆపు”.

డ్రైవరు పక్కగా ఆపుతాడు.

క్రిష్ కార్ విండో దించి, ఒక అబ్బాయిని పిలుస్తాడు.

ఆ అబ్బాయి కృష్ణుడి వేషం వేసుకుని చేతిలో ఫ్లూట్ పట్టుకుని ఉంటాడు.

ప్రణతి: “ఎందుకు ఆపావు?”.

ఆ అబ్బాయి వస్తాడు.

క్రిష్: “నన్ను గుర్తు పట్టావా?”.

ఆ అబ్బాయి తన వేలు బుగ్గ మీద పెట్టుకొని ఆకాశం వంక చూస్తూ “ఆ... గుర్తొచ్చింది. నువ్వా!”.

క్రిష్, ఆ అబ్బాయి పట్టుకున్న ఫ్లూట్ ని చూసి “నువ్విచ్చిన ఫ్లూట్ పోయింది. నా లైఫ్ లో ఆనందం పోయింది. నాకు మళ్ళీ నీ ఫ్లూట్ కావాలి”.

ఆ అబ్బాయి ప్రణతిని చూసి “నీకు నీ రాధ దొరికింది కదా! నీకు ఇంక నా ఫ్లూట్ అవసరం లేదు. అందుకే ఫ్లూట్ వెళ్ళిపోయింది”.

క్రిష్: “నీ ఫ్లూట్ తోనే నా రాధ డాన్స్ చేస్తుంది. నీ ఫ్లూట్ లో ఏదో మ్యాజిక్ ఉంది. ప్లీజ్! నీది ఇవ్వవా?”.

అబ్బాయి చామింగ్ గా నవ్వుతు "మ్యాజిక్ ఫ్లూట్ లో లేదు. నీలో ఉంది. ఆ కృష్ణుడి ప్రేమ రాధ మీద ఎప్పుడు చెక్కు చెదరలేదు. నీకు, నీ రాధ మీద ప్రేమ తగ్గితే, డాన్స్ ఎలా చేస్తుంది?" అని కన్ను కొట్టి వెళ్ళిపోతాడు.

ప్రణతి: "కృష్ణ! ఎవరితో మాట్లాడుతున్నావు?".

క్రిష్ ప్రణతిని ఆచర్యంగా చూసి "అదేంటి! నువ్వు ఆ బాబుని చూడలేదా?".

ప్రణతి బయటకు చూస్తూ "ఏ బాబు?".

క్రిష్: "నేను ఇప్పటి వరకు మాట్లాడుతున్నాను... అదిగో, ఆ బాబు.." అని దూరంగా ఉన్న బాబుని చూపిస్తాడు.

ప్రణతి బయటకు చూస్తూ "నాకు ఎవరు కనిపించడం లేదే!".

క్రిష్, ప్రణతిని చూసి, మళ్ళీ ఆ బాబు వైపు చూస్తాడు. బాబు అక్కడ కనిపించడు.

క్రిష్ చుట్టూ చూస్తాడు. ఆ బాబు ఎక్కడా కనిపించడు.

క్రిష్ కళ్ళు పెద్దవి చేసి, ఆచర్యంగా మనసులో "కృష్ణ!".

ఆ రోజు ప్రణతి, క్రిష్ వాళ్ళ గార్డెన్ లో కూర్చుని ఉంటారు.

ప్రణతి: "ఈ రోజు ఫుల్ మూన్. ఎంత బాగుంది కదా?".

క్రిష్, ప్రణతిని దగ్గరగా తీసుకుని "అవును!" అని ఆగి "ఉండు" అని లోపలికి వెళ్ళి తన ఫ్లూట్ తీసుకుని వచ్చి కూర్చుంటాడు.

ప్రణతి, క్రిష్ పక్కగా కూర్చుని, తన తల క్రిష్ భుజం మీద పెడుతుంది.

ప్రణతి: "మళ్ళీ చాలా రోజుల తరవాత, నువ్వు ఫ్లూట్ పట్టుకున్నావు".

క్రిష్: "ఉ.." అని చాలా హెసిటెన్స్ గా ఫ్లూట్ వంక చూస్తాడు.

క్రిష్ నెమ్మదిగా ఫ్లూట్ ప్లే చేస్తాడు.

ప్రణతి నెమ్మదిగా లేచి డాన్స్ చేస్తుంది.

క్రిష్ ఆనందంగా ఫ్లూట్ ప్లే చేస్తూ ఉంటాడు. ప్రణతి డాన్స్ చేస్తూ ఉంటుంది.

కొంచెం సేపటి తరవాత....

ప్రణతి క్రిష్ భుజం మీద తల ఆనించి కూర్చుని ఉంటుంది.

క్రిష్, ప్రణతి చెయ్యి పట్టుకుని చిన్నగా నవ్వుతు “కృష్ణ చెప్పింది నిజం!”.

ప్రణతి అయోమయంగా “ఏ కృష్ణ?”.

క్రిష్ తనలో తాను నవ్వుకుంటూ “ఏం లేదు!”.

రోడ్డు మీద ఒక పాష్ కార్ వెళ్తూ ఉంటుంది. ట్రాఫిక్ సిగ్నల్ పడుతుంది. కార్ ఆగుతుంది.

ఆ కార్ విండో మీద ఎవరో కొడతారు. ఎవరో విండో దించుతారు.

ఆ అబ్బాయి కృష్ణుడి వేషంలో “ఫ్లూట్ కావాలా?”.

ఆ అబ్బాయి కళ్ళు పెద్దవి చేసి, కొంటెగా చూస్తూ “నా ఫ్లూట్ మ్యాజిక్ చేస్తుంది” అని ఫ్లూట్ ఇస్తాడు.

ప్రభాస్ చిన్నగా నవ్వుతాడు.

***** హరే రాధ! హరే కృష్ణ! *****

కృష్ణ ప్రణతి

(Krishna’s Love)

నా పేరు భాగ్య. హైదరాబాద్, ఇండియాలో పుట్టి, ప్రస్తుతం New Jersey, USA లో నా ఫ్యామిలితో నివసిస్తున్నాను.

గత రెండు సంవత్సరాలుగా నేను కథలు వ్రాయండం ఒక హాబీగా ప్రారంభించాను. నేను నా ఊహా శక్తి తో ఇప్పటివరకు 9 కథలు వ్రాయగలిగాను. వాటిలో "చెన్నై to గోవా" కథని నా మొదటి పుస్తకంగా ప్రచురిస్తున్నాను.

నా కథలను నేటి తరం చదివి, అర్థం చేసుకునే విధంగా వాడుక భాషలో వ్రాశాను. అన్ని కథలని తెలుగు, ఇంగ్లీషు భాషల కలయికగా, స్క్రీన్ ప్లే స్టైల్ లో వ్రాయడం జరిగింది.

My main focus is on the story itself, not on the language. I hope you enjoy reading it as much as I enjoyed writing it.

You can contact me on Facebook (facebook.vom/bhagya.vempati) or on Twitter (twitter.com/bhagyawritings) or on Instagram (Instagram.com/bhagyawritings)

Your feedback and encouragement are greatly appreciated.

Thanks.